கானகத்தின் குரல்

ஜாக் லண்டன்

தமிழில்: பெ. தூரன்

நற்றிணை பதிப்பகம்

*கானகத்தின் குரல் ✶ குறுநாவல் ✶ ஜாக் லண்டன் ✶ தமிழில் :
பெ. தூரன் ✶ முதல் பதிப்பு: ஜூலை 2024 ✶ வெளியீடு: நற்றிணை
பதிப்பகம் (பி) லிமிடெட் ✶ எண். 136, தரைத்தளம், சோழன்
தெரு, ஆழ்வார்திருநகர், சென்னை – 600 087.*

* *மின்னஞ்சல்* : natrinaipathippagam@gmail.com
* *கைப்பேசி* : *94861 77208*
* *தொலைபேசி* : *044 – 4273 2141*
* *அச்சாக்கம்* : *துர்கா பிரிண்டர்ஸ், சென்னை – 600 005.*

மொழிபெயர்ப்பாளரின் முகவுரை

நாய் என்றால் அனைவருக்கும் பிடிக்கும். அது மிகவும் விசுவாச முள்ள பிராணி. அதில் எத்தனையோ இனங்களுண்டு. அவற்றில் ஓரினத்தைச் சேர்ந்த ஒரு நாயைப்பற்றிய கதை இது. உள்ளத்தைக் கவரும் கதை. ஜாக் லண்டன் தம் சொந்த அனுபவத்தைக் கொண்டே இதைக் கற்பனை செய்திருக்கிறார்.

கனடாவின் வடமேற்குக் கோடியிலே அலாஸ்காவின் அருகில் யூக்கான் பிரதேசம் இருக்கிறது. அதிலே கிளாண்டைக் மாவட்டம் என்பது அலாஸ்காவின் எல்லையில் உள்ளது. அங்கே பாய்கிற பல ஓடைகளில் தங்கத்தூள் கிடைப்பதை 1896இல் அறிந்தார்கள். அதனால் உலகின் எல்லாப் பகுதிகளிலிருந்தும் மக்கள் அங்கே விரைந் தோடினார்கள். தங்கமெடுக்கச் சென்ற சிலர் பெரிய செல்வந்தர் களானார்கள். ஆனால் பலர் கடுங்குளிராலும் நோயாலும் உயிரிழந் தார்கள்.

ஆர்க்டிக் பகுதியிலுள்ள தட்பவெப்ப நிலையே கிளாண்டைக் கிலும் இருக்கிறது. அதனால் ஆண்டின் ஏழு மாதங்களுக்கு அங்கே கடுங்குளிராக இருக்கும். தரையில் உறைபனி மூடியிருக்கும். மே மாதத்தின் மத்தியிலிருந்து ஆகஸ்ட் முதல் வாரம் வரையில் அங்கே 24 மணி நேரமும் பகலாகவே இருக்கும். நடுநிசியிலே சூரியனைப் பார்க்கலாம்.

இந்தப் பகுதியிலே தங்கத்தைத் தேடி வீணாக அலைந்தவர்களில் ஜாக் லண்டனும் ஒருவர். அதனால்தான் அவர் இக்கதையை மிகுந்த சுவையோடு எழுத முடிந்திருக்கிறது.

உறைபனிப்பிரதேசத்திலே நாய்கள் அல்லது மான்கள் பூட்டிய வண்டியில்தான் பிரயாணம் செய்வார்கள். வண்டியும் தனிப்பட்ட அமைப்போடிருக்கும்.

தங்கம் தேடிப் பலபேர் அந்தப் பகுதிக்குச் சென்றதால் அவர் களுக்குத் தேவையான பொருள்களை அங்கு கொண்டு செல்ல வேண்டிய அவசியம் ஏற்பட்டது. மேலும் அவர்களுடைய கடிதப்

போக்குவரத்துக்கு வேண்டிய வசதியைக் கனடா அரசாங்கம் மேற் கொண்டது. தபால்வண்டிகளை இழுக்கவும், தங்கம் தேடிச் செல்பவர்கள் வண்டிகளில் செல்லவும் ஏராளமான நாய்கள் வேண்டி யிருந்தன. அதனால் நாய் வாணிகம் ஓங்கிற்று. நாய்களைத் திருடிக் கொண்டு வந்து விற்பதும் பணம் பறிக்கும் வழிகளில் ஒன்றாயிற்று. அந்த வழியிலே பனிப்பிரதேசத்திற்கு வந்ததுதான் இந்தக் கதையின் நாயகமாக விளங்கும் நாய். அதன் கதை மிகுந்த சுவையுள்ளது.

ஜாக் லண்டன் கதை சொல்லுவதிலே இணையற்றவர். அவர் எழுதிய கதைகளில் பக்கின் கதையே மிகச்சிறந்தது. இதை ஆங்கிலத் திலே லட்சக்கணக்கான மக்கள் படித்து மகிழ்ந்திருக்கிறார்கள். ஐரோப்பிய மொழிகள் பலவற்றிலும் இதை மொழிபெயர்த்திருக் கிறார்கள். தமிழ் மக்களும் இதைப் படித்து மகிழ வேண்டும் என்ற நோக்கத்தோடு இது தமிழில் மொழிபெயர்க்கப்பட்டிருக்கிறது. இதைப் படித்தவர்கள் ஜாக் லண்டனுடைய மற்ற கதைகளையும் படிக்க ஆர்வங் கொள்ளுவார்கள் என்பதில் ஐயமில்லை.

பெ. தூரன்

1
ஆதிநிலை

பக் செய்தித்தாளைப் படித்ததில்லை; படித்திருந்தால் தனக்கு மட்டுமல்ல. தன்னைப் போன்ற உடற்கட்டும் அடர்ந்த உரோமமும் உடைய அந்த வட்டாரத்து நாய்களுக்கெல்லாம் தொல்லை உருவாகிக்கொண்டிருக்கிறது என்பதைத் தெரிந்து கொண்டிருக்கும். பனி மயமான ஆர்க்டிக் இருட்டுப்பிரதேசத்திலே எப்படியோ நுழைந்து அங்கே தங்கம் கிடைப்பதாக மனிதன் கண்டுவிட்டான். கப்பல் கம்பெனிகளும், மற்ற போக்குவரத்துச் சாதன நிலையங்களும் தங்கள் லாபம் கருதி இந்தச் செய்தியை எங்கும் முழக்கின. வடக்குப் பனிநாட்டை நோக்கி ஆயிரக்கணக்கான மக்கள் விரைந்து புறப்படலானார்கள். அவர்களுக்கு நாய்கள் வேண்டும். எஃகுபோன்ற தசைநாரும், உறைபனிக்கு இளைக்காத உரோமக் கட்டும் உள்ள திடமான பெரிய நாய்கள் அவர்களுக்கு வேண்டும்.

கதிரவன் ஒளி கொஞ்சுகின்ற சான்டா கிளாரா* பள்ளத்தாக்கில் ஒரு பெரிய மாளிகையிலே பக் வாழ்ந்தது. மாளிகை நீதிபதி மில்லருக்குச் சொந்தம். அது சாலையைவிட்டு உள்ளே தள்ளி யிருந்தது. முன்னால் மரங்கள் ஓங்கி வளர்ந்திருந்தன. அவற்றால் மாளிகை பாதிக்குமேல் மறைக்கப்பட்டிருந்த போதிலும் அதன் நான்கு பக்கங்களிலுமிருந்த அகலமான தாழ்வாரத்தை வெளியி லிருந்தே ஓரளவு காணலாம். மாளிகையின் முன்புறத்திலே பசும் புல்வெளிகளுண்டு. பின்புறத்திலே இன்னும் விசாலமான இடமிருந் தது. பெரிய லாயங்களும், திராட்சைக் கொடிகள் படர்ந்த ஊழியர் வீடுகளும், வரிசை வரிசையாக ஒழுங்காக அமைந்த புறவீடுகளாகிய விடுதிகளும், கால்நடைகளுக்கான மேய்ச்சல் நிலங்களும் பழமரக்

---

* இது அமெரிக்க ஐக்கிய நாட்டின் ஒரு பகுதியான கலிபோர்னியாவில் உள்ளது.

காடுகளும் அங்கே இருந்தன. இவைகளோடு அங்கே பொங்கியெழும் ஊற்றுக்கிணற்றிலிருந்து நீர் இறைக்க எந்திர அமைப்புகளும், அவற்றின் பக்கத்திலே நீதிபதி மில்லரின் குமாரர்கள் காலையிலும் மாலையிலும் முழுகி விளையாடுவதற்காக சிமெண்டால் கட்டிய குளமும் காட்சியளிக்கின்றன.

இந்தப் பரந்த நிலப்பகுதியிலே பக் அதிகாரம் செலுத்தியது. அது அங்கேயே பிறந்து அங்கேயே நான்காண்டுகள் வாழ்ந்திருக்கிறது. வேறு எத்தனையோ நாய்கள் அங்கே உண்டு என்பது மெய்தான். இவ்வளவு பெரிய இடத்திலே வேறு நாய்களும் இல்லாமலிருக்க முடியுமா? இருந்தாலும் அவையெல்லாம் ஒரு பொருட்டில்லை. எத்தனையோ நாய்கள் வரும்; போகும். ஏதோ சில காலத்திற்கு நாய்ப்பட்டியிலே ஒரு மூலையிலே யாருடைய கவனத்திலும் படாமல் இருக்கும். ஜப்பான் தேசத்தைச் சேர்ந்த ஒரு வகை மொண்ணை மூக்குக் குள்ள ஜாதிநாயான டூட்ஸ், உரோமமில்லாத மெக்சிக்கோ நாட்டு மழுங்கை நாய் இசபெல் ஆகியவையெல்லாம் அப்படித்தான். அவற்றைப் பயமுறுத்தும் வேறு வகை நாய்களும் பத்து இருபதென்றிருந்தாலும் அவற்றோடு பக்கைச் சேர்த்து எண்ண முடியாது.

பக் வெறும் வீட்டுநாயல்ல; பட்டிநாயும் அல்ல. அதற்கு நீதிபதியின் இடமெல்லாம் சொந்தம். குளத்திலே அது முழுகிக் களிக்கும். நீதிபதியின் மக்களோடு வேட்டைக்குச் செல்லும். அந்திப்பொழுதிலும், அதிகாலையிலும் நீதிபதியின் குமாரிகளான மாலி, ஆலிஸ் இருவரும் உலாவச்சென்றால், அவர்களுக்குத் துணை யாகப் புறப்படும்; குளிர் காலத்திலே இரவு வேளைகளில் நீதிபதி யின் காலடியில் அவருடைய நூலகத்திலே கொழுந்து விட்டெரியும் கணப்புக்கு முன்னால் படுத்திருக்கும். நீதிபதியின் பேரப்பிள்ளைகள் அதன் முதுகில் சவாரி செய்வார்கள். அவர்களோடு பக் பசும்புல் வெளியிலே உருண்டு விளையாடும். லாயங்களுக்கு அருகிலோ, பழ மரக்கூட்டங்களின் இடையிலோ அவர்கள் துணிந்து போகும்போது அவர்களுக்குக் காவலாக நிற்கும். மற்ற நாய்களின் மத்தியில் அது கம்பீரமாக நடைபோடும். டூட்ஸ், இசபெல் ஆகிய நாய்களை அது கண்ணெடுத்தும் பாராது. நீதிபதி மில்லரின் இருப்பிடத்திற்கு அதுதானே ராஜா? ஊர்வன, பறப்பன எல்லாவற்றிற்கும் ராஜாவாக அது விளங்கியது. மக்களுங்கூட அதற்கு அடக்கந்தான்.

அதன் தந்தையின் பெயர் எல்மோ. செயின்ட் பெர்னார்டு* என்ற பெரிய இனத்தைச் சேர்ந்த மிகப் பெரிய நாய். அது வாழ்ந்த காலத்திலே நீதிபதிக்கு அது இணைபிரியாத தோழன். இப்பொழுது பக் தந்தையின் ஸ்தானத்தை எட்டிப்பிடிக்கும் பக்குவத்திலிருந்தது. எல்மோவைப்போல் பக் அத்தனை பெரியதல்ல. எடை நூற்று நாற்பது ராத்தல் இருந்தாலும் சற்றுச் சிறியதுதான். அதன் தாயின் பெயர் ஷெப், அது ஸ்காட்லாந்து தேசத்துப்பட்டிநாய் வகையைச் சேர்ந்தது. சீராக வளர்ந்து எல்லோராலும் சீராகப் பாராட்டுப் பெற்றதால் பக்குக்கு ஒரு தனி மிடுக்குண்டு. அதனால் அது அரச தோரணையில் நடந்து வந்தது. எல்லா விதத்திலும் மனநிறைவு பெற்ற கனவானைப்போல் அது குட்டிப்பருவம் முதல் நான்காண்டு கள் வாழ்ந்து வந்தது. தன்னைப்பற்றி அதற்குத் தனிப் பெருமையும் உண்டு. தனக்கு மிஞ்சியவர் அந்தப் பக்கத்திலே இல்லையென்ற காரணத்தால் செருக்கடையும் நாட்டுப்புறச் சீமானைப் போல அது கொஞ்சம் அகம்பாவமும் கொண்டிருந்ததாகச் சொல்லலாம். ஆனால் செல்லமாக வளர்ந்து கொழுத்துக் கெட்டுப்போன வீட்டு நாயைப் போல அது கெட்டுப் போகவில்லை. வேட்டையாடுவதும், அதைப் போன்ற விளையாட்டுக்களும் பக் கொழுத்துப்போகாமல் தடுத்ததோடு அதன் தசைநார்களை வலுவடையவும் செய்தன. நீர் விளையாட்டு அதன் உடல்நலத்தை நன்றாகப் பாதுகாத்தது.

கி.பி.1897ஆம் ஆண்டிலே பக் இருந்த நிலை இதுவாகும். அந்தச் சமயத்திலேதான் தங்கம் கிடைக்கின்றதென்ற ஆசையால் மக்கள் தண்ணீர் உறைந்து பனிப்பாறையாகக் கிடக்கும் வடக்குப் பிரதேசத்தை நோக்கி விரையலானார்கள். பக் செய்தித்தாளைப் படித்ததில்லை. அதற்கு மானுவெலின் சேர்க்கை விரும்பத்தக்கதல்ல என்பதும் தெரியாது. தோட்டக்காரனுக்கு உதவி செய்யும் பணியாட்களுள் ஒருவன்தான் மானுவெல். அவனிடம் ஒரு பெரிய குறை உண்டு. சூதாட்டத்திலே அவனுக்குப் பைத்தியம். ஆனால் அதிலே அவனுக்கு எப்பொழுதும் தோல்விதான். வீட்டிலே மனைவியோடு பிள்ளை குட்டிகள் நிறைய இருந்தார்கள். அவர்களைக் காப்பாற்றவே அவனுக்குக் கிடைக்கும் ஊதியம் போதாது.

முந்திரிப்பழம் பயிர் செய்வோர் சங்கத்தின் கூட்டமொன்று ஒரு நாள் மாலையில் நடந்தது. அதற்கு நீதிபதி போயிருந்தார்.

---

* செயின்ட் பெர்னார்டு கணவாய் என்பது ஐரோப்பாவில் ஆல்ப்ஸ் மலையில் 8000 அடிக்கு மேற்பட்ட உயரத்தில் அமைந்தது. அங்குள்ள ஓர் இனத்தைச் சேர்ந்த நாய்க்கு செயின்ட் பெர்னார்டு நாய் என்று பெயர். அது நல்ல உடற்கட்டும். பெரிய தோற்றமும். மிகுந்த அறிவும் உடையது. பனிப்பிரதேசத்தில் வழிகளைக் கண்டுபிடிக்க அதைப் பயன்படுத்துவர்.

பையன்கள் உடற்பயிற்சி சங்கம் ஒன்றை நிறுவுவதிலே ஈடுபட்டி ருந்தார்கள். மானுவெலின் துரோகச் சிந்தனைக்கு நல்ல சமயம் கிடைத்தது. பக்கை அழைத்துக்கொண்டு அவன் பழமரக்கூட்டத்தின் வழியாகப் போவதை யாரும் பார்க்கவில்லை. கொஞ்ச தூரம் சுற்றிவிட்டு வருவதற்காகவே புறப்பட்டிருப்பதாக பக் எண்ணிக் கொண்டிருந்தது. காலேஜ் பாரக் என்ற பெயருடைய சிறிய ரயில்நிலையம் உண்டு. கொடி காட்டினால் தான் அங்கே ரயில் நிற்கும். அவ்விடத்திலே ஒரு மனிதன் மானுவெலைத் தனியாகச் சந்தித்து என்னவோ பேசினான்; அவனுக்குப் பணமும் கொடுத்தான்.

"சரக்கை நல்லாக் கட்டிக்கொடு" என்று அந்த மனிதன் உறுமினான். ஒரு தடிப்பான கயிற்றைக் கொண்டு பக்கின் கழுத்துப் பட்டைக்கடியிலே கழுத்தைச் சுற்றி மானுவெல் இரட்டையாகக் கட்டினான்.

"இந்தக் கயிற்றை இறுக்கினால் மூச்சுதிணறிப்போகும்" என்றான் மானுவெல். "அது சரி" என்று மறுபடியும் உறுமினான் அந்த மனிதன்.

கழுத்திலே கயிற்றைக் கட்டியதைப் பக் ஆட்சேபிக்காமல் அமைதியாக ஏற்றுக்கொண்டது. இதுமாதிரி முன்பு யாரும் கட்டியதில்லை. இருந்தாலும் பழகிய மனிதர்களிடத்திலே அதற்கு நம்பிக்கை உண்டு. ஆனால் மானுவெல் கயிற்றை அந்தப் புதுமனிதன் கையில் கொடுத்தவுடனே பக் பயங்கரமாக உறுமலாயிற்று. தனக்கு அந்தச் செய்கை பிடிக்கவில்லை என்பதைக் குறிப்பாக அப்படிக் காட்டியது. அந்தக் குறிப்பே போதும் என்பது அதனுடைய எண்ணம். ஆனால், கயிறு தனது கழுத்தை நெரிக்கத் தொடங்கியதை அது எதிர்பார்க்கவில்லை. அதற்கு மூச்சுத் திணறியது. புதுமனிதன் மேல் பக் கோபத்தோடு பாய்ந்தது. அதன் கழுத்தைப்பிடித்து அவன் அழுத்தினான். அதே சமயத்தில் திடீரென்று அதை மல்லாந்து விழுமாறு தள்ளிவிட்டான். உடனே கயிறு மேலும் குரூரமாகக் கழுத்தை இறுக்கத் தொடங்கியது. பக் ஆத்திரத்தோடு திமிறிப்பார்த்தது; முடியவில்லை; அதன் நாக்கு வெளியே தொங்கிவிட்டது. மூச்சுவிட முடியாமல் நெஞ்சு துடித்தது. அதன் வாழ்க்கையிலே ஒரு காலத்திலும் யாரும் இப்படிக் கொடுமையாக நடத்தியதில்லை. இப்பொழுது அதன் உள்ளத்தில் குமுறிக் கொண்டிருக்கும் கோபத்தைப் போல் பெரிய கோபம் அதற்கு எந்தக் காலத்திலும் வந்ததில்லை. ஆனால் அதன் பலமெல்லாம் ஒடுங்கிவிட்டது. கண்கள் சோர்ந்தன. ரயிலை அங்கே நிறுத்தியதும், மானுவெலும் அப்புதுமனிதனும் மூட்டை

முடிச்சு வண்டியிலே அதைத் தூக்கிப் போட்டதும் பக்குக்குத் தெரியவேயில்லை. அது நினைவிழந்து கிடந்தது.

அதற்கு நினைவு வந்தபோது அதன் நாக்கிலே நோவெடுப் பதையும், ஏதோ ஒரு வாகனத்திலே ஆடிக் குலுங்கிக் குலுங்கிச் சென்று கொண்டிருப்பதையும் மெதுவாக உணர்ந்தது. ரயில் எஞ்சின் வீறிட்டுக் கத்தியபோதுதான் அதற்கு நிலைமை புலனா யிற்று. நீதிபதியுடன் அது பல தடவை ரயிலில் போயிருந்தது. அதற்கு மூட்டை முடிச்சுப் பெட்டியின் அனுபவம் முன்பே உண்டு.

பக் கண்களைத் திறந்தது. பலவந்தமாகக் கடத்திச் செல்லப் படுகின்ற ஓர் அரசனுக்கு வருகின்ற கட்டுக்கடங்காத கோபம் அதன் கண்களில் கொழுந்துவிட்டது. புதுமனிதன் அதன் கழுத்தைப்பிடித்து அழுத்தப் பாய்ந்தான். ஆனால் பக் முந்திக் கொண்டது. அவன் கையைக் கவ்விப் பிடித்துக் கடித்தது. மறுபடியும் மூச்சுத்திணறி நினைவு தப்பிவிழும்வரையில் அது அவன் கையை விடவே இல்லை. கழுத்திலுள்ள கயிறு மீண்டும் அதன் மூச்சைத் திணற வைத்துவிட்டது.

அந்தப் பெட்டியிலுள்ள மூட்டை முடிச்சுகளைக் கண்காணிக்க ஒருவனிருந்தான். அங்கே ஏற்பட்ட போராட்டம் அவன் கவனத்தை இழுத்தது. புதுமனிதன் காயமுற்ற தன்கையை மறைத்துக் கொண்டு, “இதற்கு அடிக்கடி வலிப்பு வரும். அதனாலே ஸான்பிரான்சிஸ்கோவுக்கு முதலாளி கொண்டுபோகச் சொன்னார். அங்கே ஒரு டாக்டர் இதற்கு மருந்து கொடுப்பாராம்” என்று அவனிடம் விளக்கம் கூறினான்.

அந்த இராப்பிரயாணத்தைப் பற்றி அவன் அடுத்த நாள் ஸான்பிரான்சிஸ்கோவில் ஓர் உணவுவிடுதியின் பின்புறத்திலிருந்த கொட்டகைக்குள் உட்கார்ந்துகொண்டு பிரமாதமாகப் பேசிக் கொண்டான்.

“இத்தனை சிரமத்துக்கும் ஐம்பது டாலர்தானா? கையிலே ரொக்கமாக ஆயிரங்கொடுத்தாலும் இனிமேல் இதைச் செய்ய மாட்டேன்” என்று அவன் முணுமுணுத்தான்.

அவன் கையில் கட்டியிருந்த கைக்குட்டை ரத்தம் தோய்ந்து கிடந்தது. அவனுடைய காலுடையின் வலது பக்கத்திலே ஒரே கிழிசல்.

“அந்தப் பயலுக்கு எத்தனை கிடைத்தது?” என்று விடுதிக்காரன் கேட்டான்.

“நூறு டாலர். அதிலெ கொஞ்சம்கூடக் குறைக்க முடியவில்லை” விடுதிக்காரன் கணக்குபோடத் தொடங்கினான்.

"அப்போ மொத்தம் நூற்றைம்பது டாலர்; பரவாயில்லை; அந்தவிலை பெறும்."

திருடி வந்தவன் தன் கையில் சுற்றியிருந்த துணியை மெதுவாக அவிழ்த்துப் பார்த்தான். "நாய்க்கடியாலே எனக்கு வெறி பிடிக்காம லிருந்தால்..."

"உனக்கு எதற்கு வெறி பிடிக்கிறது? நீதான் தூக்கிலே சாகப் பிறந்திருக்கிறாயே!" என்று சொல்லிவிட்டு விடுதிக்காரன் சிரித்தான். "சரி, கொஞ்சம் எனக்கு உதவிக்கு வா."

உள்ளத்தில் ஒரே திகைப்பு; கழுத்திலும் நாக்கிலும் பொறுக்க முடியாத வலி; உயிரோ பாதி போய்விட்டது. இந்த நிலையிலே கிடந்த பக் அவ்விருவரையும் எதிர்த்து நிற்க முயன்றது. ஆனால் திரும்பத் திரும்பக் கயிற்றை முறுக்கி அதைத் திணற வைத்தார்கள். மூச்சுத் தப்பி விழும்படி செய்தார்கள். இப்படிச் செய்து அதன் கழுத்திலிருந்த பித்தளைப்பட்டையை அரத்தால் அராவி எடுத்து விட்டார்கள். பிறகு கயிற்றையும் அவிழ்த்துவிட்டு பக்கைச் சட்டங்களடித்த ஒரு கூண்டிற்குள் அடைத்தார்கள்.

கோபத்தோடும், தன் பெருமை குலைவுற்றதே என்று ஆத்திரத் தோடும் பக் அதற்குள்ளே இரவெல்லாம் படுத்துக் கிடந்தது. அதற்கு ஒன்றும் புரியவில்லை. இந்த மனிதர்களின் நோக்கந்தான் என்ன? இந்தக் கூண்டிற்குள்ளே எதற்காக அதை அடைத்து வைத்திருக்கிறார்கள்? ஏதோ தனக்குத் தீங்கு வரப்போகிறது என்று மட்டும் அது உணர்ந்து நைந்தது. இரவிலே பல தடவைகளில் அந்தச் சாலையின் கதவு திறப்பதுபோலச் சத்தம் கேட்கும் போதெல்லாம் நீதிபதியையோ அல்லது அவர் பையன்களையோ எதிர்பார்த்துப் பக் துள்ளியெழுந்தது.

ஆனால் ஒவ்வொரு தடவையும் மெழுகுவர்த்தியின் மங்கலான வெளிச்சத்திலே விடுதிக்காரனின் உப்பிய முகந்தான் கண்ணை உறுத்தியது. ஒவ்வொரு தடவையும் பக்கின் தொண்டையிலே துடித்த மகிழ்ச்சிக்குரல் பயங்கர உறுமலாக மாறி வெளிப்பட்டது.

விடுதிக்காரன் அதைத் தனியே விட்டுவிட்டுப் போய்விட்டான். காலையில் யாரோ நான்கு பேர் வந்து சட்டக்கூண்டைத் தூக்கினார்கள். அவர்களுடைய கந்தல்உடையையும் குரூரப் பார்வையையும் கண்டதும் அவர்களும் தனக்குத் தொல்லை கொடுக்க வந்தவர்களே என்று பக் தீர்மானித்தது. சட்டக் கூண்டிலுள்ள கம்பிகளின் வழியாக அது கோபாவேசத்தோடு குமுறியது. அதைக் கண்டு அவர்கள் சிரித்தார்கள். கூண்டிற்குள் தடிகளை நீட்டினார்கள். பக் அவற்றைப் பல்லால் கடிக்க முயன்றது. அப்படி அது கடிக்க வேண்டும் என்றே அவர்கள்

விரும்புகிறார்கள் என்பதைப் பக் சற்று நேரத்தில் உணர்ந்துகொண்டு சட்டக்கூண்டின் நடுவில் உம் என்ற முகத்தோடு படுத்துக்கொண்டது. அவர்கள் கூண்டைத் தூக்கி ஒரு வண்டியில் வைத்தார்கள்.

பிறகு அந்தக் கூண்டு பல கைகள் மாறலாயிற்று. வண்டியிலும், நீராவிப்படகிலும், எக்ஸ்பிரஸ் ரயிலிலுமாகப் பக் பிரயாணம் செய்தது.

இரண்டு நாள் இரவு, பகலாக ரயில் ஓடிற்று. அந்த இரண்டு நாட்களும் பக் உணவைத் தொடவே இல்லை; தண்ணீர் கூடக் குடிக்கவில்லை. எக்ஸ்பிரஸ் ரயிலிலுள்ள பணியாட்கள் அதற்குப் பல வகைகளில் தொல்லை கொடுத்தார்கள். சட்டக்கூண்டிலுள்ள கம்பிகளின் வழியாக பக் கோபத்தால் வாயில் நுரை தள்ளத் தள்ளப் பாயும்போதெல்லாம் அவர்கள் உரத்துச் சிரித்தார்கள். அவர்களும் நாய்களைப்போல உறுமியும் குரைத்தும் கேலி செய்தார்கள். அதைக் கண்டு பக் மேலும்மேலும் கோபங்கொண்டது. தனது அந்தஸ்துக்குப் பங்கம் ஏற்பட்டுவிட்டதாக உணர்ந்து குமுறிற்று. வயிற்றுப்பசியை அது பொருட்படுத்தவில்லை. ஆனால் தாகம் வாட்டியது; அதன் கோபத்தை உச்சநிலைக்குக் கொண்டு சென்றது. பக் நுட்பமான உணர்ச்சிகளோடு கூடிய நாயாகையால், இந்தக் கொடுமைகளெல்லாம் சேர்ந்து அதன் உடலைக் கொதிப்பேறச் செய்தன. வறண்டு வீங்கிப்போன நாவும், கழுத்தும் இந்தக் கொதிப்பை மேலும் அதிகப்படுத்தின.

அதற்கு ஒரு வகையில் கொஞ்சம் ஆறுதல்; கழுத்திலே கயிறு இல்லை. அதனால் அல்லவா அவர்கள் அதை மடக்கி விட்டார்கள்? இனிமேல் அவர்களை ஒரு கை பார்க்கலாம். இனி யாரும் அதன் கழுத்தில் கயிற்றைக் கட்ட முடியாது. அதற்கு இடம் கொடுப்பதில்லை என்று அது உறுதிகொண்டது. இரணடு நாள் இரவு பகலாக அது பட்டினி; தண்ணீர்கூடக் குடிக்கவில்லை. இந்த இரண்டு நாட்களிலும் அது பட்ட தொல்லைகளால் அதன் உள்ளத்திலே கடுஞ்சீற்றம் கொந்தளித்துக் கொண்டிருந்தது. யாராவது இனி அதற்குத் துன்பம் கொடுக்க வந்தால் அவர்கள் கதி அதோகதிதான். அதன் கண்கள் இரத்தம் போலச் சிவந்தன. பக் கொதித்துக் குமுறும் அரக்கனாக மாறிவிட்டது. அந்த நிலையிலே நீதிபதிகூட அதை அடையாளம் கண்டு கொள்ள முடியாது. சீயட்டல் என்ற இடத்திலே அதை ரயிலிலிருந்து இறக்கிவிட்டதும், எக்ஸ்பிரஸ் பணியாளர்களுக்கு ஒரு பெரும் பாரம் நீங்கியது போல இருந்தது.

ரயிலிலிருந்து சட்டக கூண்டை வண்டியிலே எடுத்துச் சென்றார்கள். பிறகு அதை நான்கு மனிதர்கள் வெறுப்போடு ஒரு முற்றத்திற்குத் தூக்கிச் சென்றார்கள். சிவப்பு மேலங்கியிட்ட ஒரு

தடியன் அந்தக் கூண்டை ஏற்றுக்கொண்டான். அடுத்தபடியாகத் தன்னை வதைக்கப் போகிறவன் அவன்தான் என்று பக் ஊகித் துணர்ந்து கொண்டது. அது சட்டக் கூண்டிலுள்ள கம்பிகளின் வழியாக உறுமிக் கொண்டு அவன்மேல் மூர்க்கத்தோடு பாய முனைந்தது. அந்த மனிதன் கடுகடுத்த முகத்தோடு சிரித்தான்; கைக்கோடரி ஒன்றையும், பெரிய தடி ஒன்றையும் அவன் கொண்டு வந்தான்.

"அந்த நாயைக் கூண்டிலிருந்து வெளியே விடப் போகிறாயா?" என்று கூண்டைத் தூக்கி வந்தவர்களில் ஒருவன் கேட்டான்.

"ஆமாம்," என்று சொல்லிக் கொண்டே அந்த மனிதன் கைக் கோடரியால் சட்டக் கூண்டை உடைக்கத் தொடங்கினான்.

கூண்டைத் தூக்கிவந்த நால்வரும் உடனே வேகமாக ஓடி முற்றத்தைச் சுற்றியிருந்த உயரமான சுவரின் மேல் ஏறிக் கொண் டார்கள்; அங்கிருந்து என்ன நடக்கிறதென்று பார்க்கலானார்கள்.

கோடரி விழுகின்ற இடத்தைப் பார்த்துப் பார்த்துப் பக் உறுமிக்கொண்டும், சீறிக்கொண்டும் பாய்ந்தது. சிவப்பு மேலங்கிக் காரனைத் தாக்க அதற்கு ஒரே ஆத்திரம்.

பக் வெளியே வரக்கூடிய அளவுக்குச் சட்டக்கூண்டில் அவன் வழி செய்துவிட்டான். அதே சமயத்தில் அவன் கோடரியை எறிந்து விட்டுத் தடியைக் கையில் எடுத்துக்கொண்டான்.

சிவந்த கண்களோடு பக் ஒரு பேய் போலக் காட்சியளித்தது. அதன் உரோமம் சிலிர்த்து நின்றது. கோபத்தால் வாயில் நுரை தள்ளியது. சிவந்த கண்களிலே ஒரு வெறி பளிச்சிட்டது. சீற்றமே உருவாகத் தனது முழுப்பலத்தோடு பக் அவன் மேல் பாய்ந்தது. இரண்டு நாள் இரவு பகலாக அதன் உள்ளத்திலே குமுறிக் கொண்டிருந்த கோபாவேசம் அதன் பாய்ச்சலுக்கு ஒரு தனி வேகம் ஊட்டியது. ஆனால் அந்த மனிதன் மேல் பாய்ந்து கவ்வுவதற்கு முன்னால் அதற்கு ஒரு பெரிய அதிர்ச்சி ஏற்பட்டது. அதன் திறந்த வாய் தானாக மூடிக்கொண்டது. மறுகணம் பக் தரையில் மல்லாந்து விழுந்தது. இதுவரை அதன் வாழ்க்கையிலே அதை யாரும் தடியால் அடித்ததில்லை. அதனால் அதற்கு ஒன்றும் விளங்கவில்லை. சீறிக்கொண்டும், வீறிட்டுக்கொண்டும் அது மறுபடியும் எழுந்து நின்று பாய்ந்தது. மறுபடியும் அதே பேரதிர்ச்சி. பக் சோர்ந்து தரையில் வீழ்ந்தது. தனக்கு ஏற்படும் அதிர்ச்சிக்கு அந்தத் தடிதான் காரணமென்று அப்பொழுதுதான் அதற்குத் தெரிந்தது. ஆனால், அதன் கோபம் வெறியாக மாறிவிட்டது. எதையும் பொருட்படுத்தாமல் அது பத்துப்பன்னிரண்டு முறை விடாமல் தாக்கியது. ஒவ்வொரு முறையும் தடியைக் கொண்டு அவன் அதைத் தாக்கிக் கீழே வீழ்த்தினான்.

பலமாக ஒரு தடவை ஓர் அடி வீழ்ந்தது. பக்கின் உணர்வு கலங்கிற்று. அதன் மூக்கிலும், வாயிலும், காதுகளிலும் இரத்தம் வழிந்தோடியது. உடம்பெல்லாம் இரத்தக்கறை. பக் தடுமாறிக் கொண்டு எழுந்து நின்றது. அந்தச் சமயத்தில் அவன் அதன் மூக்கின் மேல் பயங்கரமாக ஓங்கி அடித்தான். அதுவரையில் பக்கிற்கு ஏற்பட்ட வலியெல்லாம் சேர்ந்தாலும் அப்பொழுது ஏற்பட்ட வலிக்கு ஈடாகாது. பக் மூர்க்கத்தோடு சிங்கம் போலக் கர்ஜித்துக் கொண்டு அவன்மேல் பாய்ந்தது. அந்த மனிதன் பக்கின் குரல்வளையைத் தனது கையால் பிடித்து அதை மேலும் கீழுமாகத் திருகினான். தலைகீழாகப் பக் விழுமாறு அதைப் பிடித்து உந்தினான்.

மீண்டும் ஒருமுறை பக் பாய்ந்தது. சரியான இடம் பார்த்து அந்த மனிதன் கடைசி முறையாக ஓங்கி அடித்தான். பக்கின் உணர்வு ஒடுங்கிவிட்டது; முற்றிலும் நினைவு தப்பி அது நிலத்தில் சாய்ந்தது.

சுவரின்மேல் உட்கார்ந்து பார்த்துக்கொண்டிருந்த ஒருவன் "நாயைப் பழக்கி வசப்படுத்த இவனைப் போல் யாருமில்லை" என்று உற்சாகமாகக் கூவினான். மற்றொருவன் அவன் சொன்னதை ஆமோதித்தான். பிறகு அந்நால்வரும் வண்டியில் ஏறிக்கொண்டு போய்விட்டார்கள்.

மெதுவாக பக்கிற்கு நினைவு வந்தது. ஆனால் அதன் உடம்பிலே பலம் சிறிதுமில்லை. விழுந்த இடத்திலேயே அது அப்படியே படுத்துக்கிடந்தது. படுத்துக்கொண்டே சிவப்பு மேலங்கிக்காரனைக் கவனிக்கலாயிற்று.

சட்டக்கூண்டைப் பற்றியும், அதில் அடைப்பட்டிருக்கும் நாயைப் பற்றியும், உணவுவிடுதிக்காரன் எழுதியிருந்த கடிதத்தைக் குறித்தும் அவன் எண்ணமிட்டுக் கொண்டிருந்தான். இந்த நாய்க்குப் பக் என்று பெயராம். "டேய், பக், நாம் சண்டை போட்டது போதும்; இனி அதை மறந்துவிடுவோம். நீ நல்ல விதமாக நடந்துகொண்டால் எல்லாம் சரியாக நடக்கும். இல்லா விட்டால் தோலை உரித்து விடுவேன், தெரிஞ்சுதா?"

இப்படிச் சொல்லிக்கொண்டே அவன் கொஞ்சமும் அச்சமில்லாமல் பக்கின் தலையின் மேல் தட்டிக்கொடுத்தான். அவன் கைபட்டதும் பக்கின் உரோமம் சிலிர்த்தது. இருந்தாலும் பக் எதிர்ப்புக் காட்டவில்லை. அவன் தண்ணீர் கொண்டுவந்து வைத்தான். அது ஆவலோடு குடித்தது. பிறகு அவன் பச்சை இறைச்சித்துண்டுகளை நிறையப் போட்டான். ஆவலோடு அவற்றை அது விழுங்கிற்று.

நற்றிணை பதிப்பகம் ○ 15

நன்றாக அடிபட்டிருந்தபோதிலும் பக் மனமுடைந்து போகவில்லை. தடிக்கு முன்னால் அதன் வல்லமை பலிக்காது என்று அது தெளிவாகத் தெரிந்துகொண்டது. இந்தப் படிப்பினையை அது தனது வாழ்க்கையில் என்றும் மறக்கவேயில்லை. அந்தத் தடி ஒரு பெரிய உண்மையைப் புலப்படுத்திற்று. காட்டுத்தனமான ஆதி நிலையின் கொடிய ஆட்சியை அது காட்டியது. வாழ்க்கை அது முதல் குரூரமான தோற்றமெடுத்தது. அதை பக் அச்சமில்லாமல் எதிர்த்து நிற்கலாயிற்று. அதனுள்ளே மறைந்துகிடந்த அதன் இயல்பான சூழ்ச்சித்திறமைகளெல்லாம் மேலெழுந்தன. நாட்கள் செல்லச் செல்லச் சட்டக்கூண்டுகளிலும், கயிற்றில் கட்டப்படும் வேறு பல நாய்கள் வந்து சேர்ந்தன. சில நாய்கள் அடக்கமாய் இருந்தன. சில உறுமிக்கொண்டும், சீறிக்கொண்டும் வந்தன. அவை யெல்லாம் அந்தச் சிவப்பு மேலங்கிக்காரனுடைய அதிகாரத்திற்குப் பணிந்து போவதை பக் கவனித்தது. ஒவ்வொரு தடவையும் தடியடி நடந்தபோது ஒரு விஷயம் அதன் மனதில் நன்றாகப் பதிந்தது; தடியை வைத்துக்கொண்டிருக்கும் மனிதன் இட்டதுதான் சட்டம். அவனிடம் அன்பு கொள்ளாவிட்டாலும் அவனுக்குக் கீழ்ப்படிந்து தான் ஆக வேண்டும். ஆனால், அடிபட்ட பல நாய்கள் பின்னால் அவனிடத்தில் வாலைக் குழைத்துக்கொண்டும், அவன் கையை நக்கிக்கொண்டும் அன்பு காட்டுவதைப் பார்த்தபிறகு பக் அவனிடம் அன்பு காட்டும் குற்றத்தைச் செய்யவில்லை. புதிதாக வந்த நாய்களில் ஒன்றே ஒன்று அவனிடத்திலே அன்பு காட்டாத தோடு அவனுக்குக் கீழ்ப்படியவும் மறுத்தது. அது கடைசியில் கொல்லப்பட்டதையும் இந்தப் போரில் வெற்றி யாருக்கு என்பதையும் பக் பார்த்தது.

அவ்வப்போது பல புதிய மனிதர்கள் வந்தார்கள்; சிவப்பு மேலங்கிக்காரனிடம் எப்படி எப்படியோ பேசினார்கள். அவனிடம் பணமும் கொடுத்தார்கள்; திரும்பிப் போகும்பெழுது ஒன்றிரண்டு நாய்களையும் கொண்டு போனார்கள். அந்த நாய்கள் எங்கு போயினவென்று தெரியாமல் பக் ஆச்சரியத்தில் மூழ்கியது. அவை திரும்பி வரவேயில்லை. எதிர்காலத்தைப் பற்றி அதற்குப் பெரிய பயம் ஏற்பட்டது. ஒவ்வொரு தடவையும் தன்னை யாரும் தேர்ந்தெடுக்காததைப் பற்றி அதற்கு மகிழ்ச்சிதான்.

ஆனால் கடைசியில் அதன் முறையும் வந்தது. கொச்சை கொச்சையாகப் பேசிக்கொண்டு, ஒட்டிய கன்னமும் உலர்ந்த மேனியுமாக ஒரு சிறிய மனிதன் வந்து சேர்ந்தான். பக்கின் மேல் அவன் நாட்டம் விழுந்தது.

"டேய், இந்தப் போக்கிரி விலை என்ன?"

“முந்நூறு டாலர். கொள்ளை மலிவு” என்று உடனே சொன்னான் சிவப்பு மேலங்கிக்காரன். “அரசாங்கப் பணந்தானே, பெரோல்ட்? அதைப் பற்றி உனக்கு என்னத்திற்குத் தயக்கம்?”

பெரோல்ட் பல்லைக் காட்டினான். நாய்களுக்கு என்றுமில்லாத கிராக்கி; அதனால் விலை மிக மிக ஏறிவிட்டது. அதை நினைத்துப் பார்த்தால் இவ்வளவு நல்ல நாய்க்கு முந்நூறு டாலர் அதிகமில்லை. கானடாதேசத்து அரசாங்கத்திற்கு அது எந்த வகையிலும் நட்டமாகாது; அரசாங்கக் கடிதங்கள் விரைவாகச் செல்லுவதற்கே அந்த நாய் சாதகமாகும். பெரோல்ட்டுக்கு நாய்களைப் பற்றித் தெரியும். பக் ஆயிரத்தில் ஒன்று என்று அவன் கண்டு கொண்டான். ‘பத்தாயிரத்தில் ஒன்று என்றும் சொல்லலாம்’ என்று அவன் எண்ணிக் கொண்டான்.

பணம் கைமாறியதை பக் பார்த்தது. கர்லியையும், பக்கையும் அந்தச் சிறிய மனிதன் பிடித்துக்கொண்டான். கர்லி நியூபவுண்டு லாந்து நாய்; நல்ல சுபாவமுடையது.

சிவப்பு மேலங்கிக்காரனை அதற்கு மேல் பக் என்றுமே பார்க்கவில்லை. நர்வால் என்ற கப்பலின் மேல்தட்டில் அந்த நாய்கள் நின்றன. சீயட்டல் மெதுவாக மறையலாயிற்று. மித வெப்பமான தெற்குப்பிரதேச வாழ்க்கையும் அத்துடன் முடிந்தது.

பக்கையும் கர்லியையும் பெரோல்ட் கீழ்த்தளத்திற்குக் கொண்டு போனான். அங்கே பூதம் போலப் பிரான்சுவா அமர்ந் திருந்தான். பக்குக்கு இந்த இரண்டு பேரும் புதுமாதிரி மனிதர்கள். அவர்களைப் போன்ற பல புதிய மனிதர்களை இனி அது பார்க்கப் போகிறது. அவர்களிடத்திலே அதற்கு அன்பு பிறக்கவில்லை யென்றாலும் அவர்களிடம் அதற்கு உண்மையான மரியாதை ஏற்பட்டது. பெரோல்ட்டும், பிரான்சுவாவும் நல்லவர்கள்; நியாயம் வழங்குவதிலே அமைதியும் நடுநிலைமையும் உடையவர்கள்; நாய்களால் அவர்களை ஏமாற்ற முடியாது. இந்த விபரங்களைப் பக் விரைவில் தெரிந்து கொண்டது.

நர்வாலின் கீழ்த்தளத்திலே பக்கும் கர்லியும் வேறிரண்டு நாய்களுடன் சேர்ந்தன. அவற்றில் ஒன்று மிகப்பெரியது; உறை பனி போல வெண்ணிறமானது. நார்வே தேசத்துக்கு வடக்கே ஆர்க்டிக் சமுத்திரத்திலுள்ள ஸ்பிட்ஸ்பர்கன் தீவுக் கூட்டத்தைச் சேர்ந்தது. திமிங்கல வேட்டையாடுபவர்களின் தலைவன் ஒருவன் அதை முதலில் கொண்டுவந்தான். பிறகு அது புவியியல் ஆராய்ச்சி செய்கிறவர்களிடமிருந்தது.

அது சிநேகமாகத்தான் இருக்கும்; ஆனால், அதே சமயத்தில் அதன் மனத்திலே வஞ்சனை இருக்கும்; வெளித்தோற்றத்திற்குச் சிரிப்பது போலிருந்தாலும் மனத்திலே ஏதாவது சூழ்ச்சி செய்து கொண்டிருக்கும். முதல் தடவையாக அந்த நாய்களெல்லாம் கூடி ஓரிடத்திலேயிருந்து உணவு கொள்ளுகிறபோதே அது பக்கின் பங்கி லிருந்து திருடிவிட்டது. அதைத் தண்டிக்க பக் பாய்கின்ற அதே சமயத்தில் பிரான்சுவாவின் சாட்டை ஓசையிட்டது; குற்றம் செய்த அந்த நாய்க்குத் தண்டனை கிடைத்துவிட்டது. பக்குக்குச் சிரமமில் லாமல் எலும்புத்துண்டு திரும்பக் கிடைத்தது. பிரான்சுவா நேர்மை யுள்ளவன் என்று பக் தீர்மானித்தது. அது முதல் பக்குக்கு அவனிடம் மதிப்பு உயரலாயிற்று.

புதிய நாய்களில் மற்றொன்று சிடுமூஞ்சி; முகத்தை உம்மென்று வைத்துக்கொண்டிருக்கும்; நெருங்கிப் பழகாது. கர்லி அதனருகில் போனதே அதற்குப் பிடிக்கவில்லை. தனியாக இருக்கவே அதற்குப் பிரியம். டேவ் என்பது அதன் பெயர். உணவு கிடைக்கும்போது அது உண்ணும்; பிறகு தூங்கும்; இடையிடையே கொட்டாவிவிடும். அதற்கு எதிலுமே அக்கறையில்லை. குவீன் ஷார்லட் சவுண்டு* என்ற கடற்பகுதியைக் கப்பல் கடக்கும்போது ஏற்பட்ட பேயாட்டத்தைக் கூட அது கவனிக்கவில்லை. பக்கும் கர்லியும் கப்பலின் ஆட்டத்தைக் கண்டு பயந்து பரபரப்படைந்தன. ஆனால் அதுவோ சற்றுத் தலையைத் தூக்கிப் பார்த்து ஒரு கொட்டாவி விட்டுவிட்டு மறுபடியும் உறங்கத் தொடங்கிற்று.

இரவு பகலாகக் கப்பல் ஓடிக்கொண்டிருந்தது. ஒரு நாளைப் போலவே மற்றொரு நாளும் இருந்ததென்றாலும், குளிர் அதிகமாகிக் கொண்டு வருவதைப் பக் நன்றாக உணர்ந்தது. கடைசியாக ஒருநாள் காலையில் கப்பல் நிலை சேர்ந்தது. உடனே எங்கும் ஒரு பரபரப்பு. நாய்களை வாரிலே கட்டிப் பிடித்துக்கொண்டு பிரான்சுவா கப்பலின் மேல்தளத்திற்கு வந்தான். பக் அங்கே அடி வைத்தவுடனே ஏதோ மணல் போன்ற பொருளுக்குள்ளே கால் புதைந்தது. உஸ் என்று சீறிக்கொண்டு அது துள்ளிக் குதித்தது. உறைபனி எங்கும் விழுந்துகொண்டிருந்தது. பக் தன் உடம்பைக் குலுக்கியது; ஆனால் மேலும் மேலும் பனி விழுந்தது. ஆச்சரியத் தோடு பக் அதை முகர்ந்து பார்த்தது; பிறகு நாக்கால் நக்கிப் பார்த்தது. சுரீர் என்று நாக்கிலே குளிர் ஏறிற்று. வாயில் கவ்விய ஒரு சிறு பனித்துண்டை அடுத்த கணம் காணோம். பக் திகைத்தது. மறு படியும் பனிக்கட்டியை வாயில் போட்டுப் பார்த்தது. மீண்டும் அதே அனுபவந்தான். பக்கைக் கவனித்துக் கொண்டிருந்தவர்கள் அனைவரும் வாய்விட்டு உரத்துச் சிரித்தார்கள். பக் நாணத்தால் பீடிக்கப்பட்டது; உறைபனியைப் பற்றி அதற்கு அதுவே முதல் அனுபவம்.

---

* இது வான்கூவர் தீவின் வடகிழக்குப் பகுதியைக் கானடாவிலிருந்து பிரிக்கிறது.

2

கோரைப்பல், குறுந்தடி ஆட்சி

டையே* கடற்கரையிலே முதல்நாள் பக்குக்கு வெகு பயங்கரமாகக் கழிந்தது. ஒவ்வொரு மணியிலும் புதிய அதிர்ச்சிகள். நாகரிகத்தின் மத்தியிலிருந்து, அநாகரிக ஆதிநிலையின் மத்தியிலே திடீரென்று பக் தூக்கி எறியப்பட்டுள்ளது. வேலை ஒன்றுமில்லாத கதிரவன் ஒளியிலே சோம்பித் திரியும் வாழ்க்கை இங்கேயில்லை. இங்கே அமைதியோ, ஓய்வோ, பாதுகாப்போ கிடையாது. எல்லாம் குழப்பம்; எப்போதும் வேலை; ஒவ்வொரு கணமும் உயிருக்கும் உடலுக்கும் ஆபத்து. இங்கே எப்பொழுதும் உஷாராக இருக்க வேண்டும். ஏனென்றால், இங்கே உள்ள நாய்கள், நகரத்து நாய்கள் போல அல்ல. இங்குள்ள மனிதர்களும் நகரத்து மனிதர்கள் போலிருக்கவில்லை. நாய்கள் கொடியவை; மனிதர்களும் கொடியவர்களே. இங்குக் கோரைப்பல்லும் குறுந்தடியும் ஆட்சி புரிந்தன.

இவ்விடத்திலிருந்து ஓநாய் போன்ற நாய்கள் ஒன்றோடொன்று போட்டுக்கொண்டிருந்த சண்டையைப் போலச் சண்டையைப் பக் பார்த்ததே இல்லை. முதல் அனுபவமே என்றும் மறக்க முடியாத படிப்பினையை அதற்குக் கொடுத்தது. அது சொந்த அனுபவமன்று. சொந்த அனுபவமாக இருந்தால் அது உயிரோடிருக்க முடியாது. கர்லிக்கு ஏற்பட்ட அனுபவம் அது. மரக்கட்டைகளை அடுக்கியிருந்த ஒரு கடைக்குப் பக்கத்திலே முகாம் போடப்பட்டிருந்தது. இயல்பான தனது சிநேகபாவத்துடன் கர்லி ஒரு முரட்டு எஸ்கிமோ நாயினருகே சென்றது. அந்த நாய் ஓர் ஓநாயின் அளவிருக்கும்; ஆனால், கர்லியின் பருமனில் பாதி கூட இல்லை. மின்னல்வேகத்தில் அது திடீரென்று கர்லியின் மேல் பாய்ந்தது. நறநறவென்று பல்லால் கடித்தது. மறுகணத்தில் அதே மின்னல்வேகத்தில் அது எட்டித் தாண்டி ஓடிவிட்டது. கர்லி இதை எதிர்பார்க்கவே இல்லை.

தாக்குவதும், தாக்கியவுடன் தாவிக் குதித்தோடுவதுந்தான் ஓநாய்ச் சண்டை. அம்முறையை அந்த நாய் பின்பற்றியது. முப்பது நாற்பது எஸ்கிமோ நாய்கள் ஓடிவந்து சண்டையிட்டுக்

---

* டையே என்பது ஸ்நாக்வேக்கு வடமேற்கில் உள்ளது. அங்கிருந்துதான் உறைபனிப் பாதையில் டாஸனுக்குப் புறப்படுவார்கள். டாஸனுக்கு வேண்டிய பொருள்களும் அங்கிருந்தே செல்லும்.

கொண்டிருந்த அந்த இரண்டு நாய்களையும் சுற்றி வளைத்துக் கொண்டு மௌனமாக நின்றன. அவைகள் கூர்ந்து கவனிப்பதையும் ஆவலோடு நாவினால் கடைவாயை நக்கிக்கொள்வதையும் பக்கால் புரிந்துகொள்ள முடியவில்லை. எதிரியின் மேல் கர்லி பாய்ந்தது; ஆனால் அந்த எஸ்கிமோ நாய் மீண்டும் தாக்கிவிட்டுத் தாவி யோடியது. அடுத்ததடவை கர்லி பாய வரும்போது அது தனது மார்பால் தந்திரமாகக் கர்லியைத் தடுத்துக் கீழே விழும்படிச் செய்தது. இதற்குத்தான் மற்ற நாய்கள் காத்திருந்தன. கர்லி கீழே விழுந்ததுதான் தாமதம், சுற்றி நின்ற எஸ்கிமோ நாய்களெல்லாம் அதன் மேல் சீறிக்கொண்டும், குரைத்துக்கொண்டும் விழுந்து தாக்கின. துயரந்தாங்காமல் கர்லி வீறிட்டுக் கத்திற்று.

எதிர்பாராத விதமாக எல்லாம் ஒரு கணத்தில் நடந்துவிட்டது. பக்குக்கு என்ன செய்வதென்று தெரியவில்லை. ஸ்பிட்ஸ்* சிரிப்பதுபோலத் தனது சிவந்த நாக்கை நீட்டிக்கொண்டு நின்றது. ஒரு கோடரியை ஓங்கி வீசிக்கொண்டு பிரான்சுவா அந்த நாய்க்கூட்டத்திற்கிடையே குதித்தான். அவனுக்கு உதவியாக மூன்று மனிதர்கள் வந்து அந்த நாய்களைத் தடியால் அடித்து விரட்டினார்கள். கர்லி கீழே விழுந்த இரண்டு நிமிஷங்களுக்குள்ளே அந்த எஸ்கிமோ நாய்களை ஓட்டிவிட்டார்கள். இருந்தாலும் அதற்குள்ளே கர்லி உயிரற்றுப் பிணமாகிவிட்டது. அதன் உடம்பு தாறுமாறாகக் கிழிபட்டு ரத்தம் தோய்ந்த பனியிலே கிடந்தது. இந்தக் காட்சி அடிக்கடி பக்கின் தூக்கத்திலும் தோன்றித் தொல்லை கொடுத்தது. இதுவே இங்கு வாழ்க்கைமுறை.

ஞாயம் என்பது கிடையாது. கீழே விழுந்தால் உயிருக்கே ஆபத்து. பக் இதைத் தெரிந்துகொண்டது; கீழே விழுவதில்லை என்றும் தீர்மானித்துக்கொண்டது. ஸ்பிட்ஸ் நாக்கை நீட்டி மறுபடியும் சிரித்தது. அதுமுதல் பக் அதனிடத்தில் மாறாத வெறுப்புக்கொண்டது.

கர்லி உயிரிழந்ததால் ஏற்பட்ட அதிர்ச்சியைச் சமாளிப்பதற்குள் பக்கிற்கு மற்றோர் அதிர்ச்சி உண்டாயிற்று. பிரான்சுவா அதன் முதுகில் தோல்பட்டைகளையும், வார்களையும் இழுத்துக் கட்டினான். குதிரைகளுக்கு இவ்வாறு சேணம் போடுவதை அது கண்டதுண்டு. குதிரைகள் வேலை செய்வதுபோல இப்பொழுது பக் வேலை செய்ய வேண்டும். பனிக்கட்டியின் மீது வழுக்கி வழுக்கிச் செல்லும் சறுக்குவண்டியிலே பிரான்சுவாவைக் காட்டிற்கு இழுத்துச் செல்லவேண்டும். அங்கிருந்து விறகுக் கட்டையும் ஏற்றிக் கொண்டு திரும்ப வேண்டும். இவ்வாறு

---

* ஸ்பிட்ஸ்பர்கன் நாய்.

வண்டியிழுப்பதால் தனது அந்தஸ்துக்குப் பங்கம் ஏற்படுவதைப் பக் உணர்ந்தது. இருந்தாலும் அது எதிர்த்துக் கலகம் செய்யாமல் அடக்கி நடக்கலாயிற்று. தன்னால் இயன்றவரை அது உறுதியோடு சிரமப்பட்டு வண்டி இழுத்தது. பிரான்சுவா கண்டிப்பானவன். அவன் விருப்பப்படி உடனே நடந்தாக வேண்டும். அப்படி நடக்க வைப்பதற்கு அவன் கையிலிருந்த சாட்டை உதவி செய்தது. சறுக்கு வண்டியிழுப்பதில் டேவுக்குப் பழக்கமுண்டு. பக் சரியானபடி பாதையில் போகாத சமயத்திலெல்லாம் அது பக்கின் பின்புறத்திலே கடித்தது. ஸ்பிட்ஸ் தலைமைப்பதவி வகித்து முன்னால் சென்றது. அதற்கு வண்டியிழுத்துப் பழக்கமுண்டு. பக் தவறு செய்யும் போதெல்லாம் அது உறுமிற்று. பக் சுலபமாகப் பழகிக்கொண்டது. அந்த இரண்டு நாய்களின் உதவியாலும் பிரான்சுவாவின் உதவியாலும் அது மிகவும் முன்னேற்றமடைந்தது. ‘ஹோ’ என்றால் நிற்க வேண்டும், ‘மஷ்’ என்றால் போக வேண்டும் என்றும் அது தெரிந்துகொண்டது.

“மூணும் நல்ல நாய்கள். அந்த பக் இருக்குதே அது பிசாசு மாதிரி இழுக்குது. சட்டென்று எல்லாம் அது பழகிக்கும்” என்று பிரான்சுவா பெரோல்ட்டிடம் தெரிவித்தான்.

கடிதங்களை எடுத்துக்கொண்டு புறப்படவேண்டும் என்று பெரோல்ட் அவசரப்பட்டான். மாலை நேரத்திற்குள் அவன் பில்லி, ஜோ என்று மேலும் இரண்டு நாய்களைக் கொண்டு வந்தான். அவை இரண்டும் உடன்பிறந்தவை; எஸ்கிமோ நாய்கள். ஒரே தாய்க்குப் பிறந்தவையானாலும் இரவும் பகலும் போல அவை குணத்தில் மாறுபட்டிருந்தன. பில்லி மிக மிக நல்ல சுபாவம் உடையது. ஜோ இதற்கு நேர்மாறானது. அது எப்பொழுதும் வெடுவெடுப்பாக இருக்கும். சதா சீறும். அதன் கண்களில் தீய சிந்தனை குடிகொண்டிருக்கும்.

அந்த இரு நாய்களையும் தோழமை பாராட்டிப் பக் வரவேற்றது; டேவ் அவற்றைக் கவனிக்கவே இல்லை. ஸ்பிட்ஸ் அவற்றைத் தனித் தனியாகப் பாய்ந்து கடிக்கத் தொடங்கியது. சமாதானத்தை நாடி பில்லி வாலைக்குழைத்தது. அது பயன்படாமற் போகவே ஓட்டம் பிடித்தது. ஸ்பிட்ஸின் கூர்மையான பற்கள் விலாப்புறம் பதியவே கத்தத் தொடங்கியது. ஆனால் ஸ்பிட்ஸின் திறமை ஜோவிடத்தில் பலிக்கவில்லை. அது எத்தனையோ தடவை ஜோவைச் சுற்றிவந்தது. அப்படி வந்தபோதிலும், ஜோ அதையே ஏறிட்டுப் பார்ப்பதற்கு வசதியாகத் தன் உடம்பை மட்டும் திருப்பிக்கொண்டு ஒரே இடத்திலிருந்தது. அதன் பிடரி மயிர் சிலிர்த்தது. காதுகள் பின்புறமாக மடிந்தன. உதடுகள் நெளிந்தன. பல தடவை வாயைக் கடித்துக்கொண்டு சீறிற்று. பல்லைக் காட்டி

உறுமிற்று. பயமே உருவமாக அது தோன்றியது. அதன் தோற்றம் மிகப் பயங்கரமாக இருந்ததால் அதைத் தனக்குப் பணிய வைக்க வேண்டும் என்ற எண்ணத்தை ஸ்பிட்ஸ் கைவிட வேண்டியதாயிற்று. ஆனால் தனது தோல்வியை மறைப்பதற்காகப் பில்லியின் மேல் மறுபடியும் பாய்ந்து அதை முகாமின் எல்லைக்கே துரத்திவிட்டது.

மாலை நேரத்திற்குள் பெரோல்ட் மற்றொரு நாயையும் வாங்கிவந்தான். அது வயதான எஸ்கிமோ நாய். ஒல்லியான நீண்ட உடலும், சண்டை தழும்பேறிய முகமும் உடையது. அதற்கு ஒரு கண்தான் தெரியும். அந்தக் கண்ணிலே அதன் வல்லமை ஒளிவிட்டது. அதைப் பார்த்தாலே மற்ற நாய்கள் பயப்படும். அந்த நாயின் பெயர் சோலெக்ஸ். சோலெக்ஸ் என்றால் கோபக்காரன் என்று பொருள். டேவைப் போல் அந்த நாயும் எதையும் எதிர்பார்க்கவில்லை. அது மெதுவாக நாய்களின் மத்தியிலே நடைபோட்டுக்கொண்டு வந்தபொழுது ஸ்பிட்ஸ் கூட மௌனமாக இருந்துவிட்டது. கண்பார்வை இல்லாத பக்கமாக வந்தால் சோலெக்ஸுக்குப் பிடிக்காது. அதைத் தெரிந்துகொள்ளாமல் பக் ஒரு தடவை அந்தப் பக்கமாகச் சென்றுவிட்டது. சோலெக்ஸ் சட்டென்று திரும்பி அதன்மேல் பாய்ந்து அதன் முன் கால் சப்பையில் மூன்றங்குல நீளத்திற்குக் கடித்து வகிர்ந்துவிட்டது.

அது முதல் அதன் குருட்டுக்கண் பக்கமாக பக் செல்லுவதே இல்லை. எனவே மீண்டும் சோலெக்ஸால் அதற்கு எவ்விதத் தொந்தரவும் ஏற்படவில்லை. டேவைப்போல் அதுவும் தன்னை யாரும் தொந்தரவு செய்யாமல் தனியாக விட்டுவிடவேண்டும் என்று தான் ஆசை கொண்டிருப்பதாக முதலில் தோன்றியது; ஆனால் அந்த இரண்டு நாய்களுக்கும் மற்றொரு முக்கியமான ஆசை இருந்ததென்பதைப் பக் பிற்காலத்தில்தான் அறியலாயிற்று.

அன்றிரவு பக்கிற்கு ஒரு பெரிய பிரச்சினை உண்டாயிற்று. எங்கே உறங்குவது? வெள்ளைப்பனி மூடிய அந்த நிலப்பரப்பிலே கூடாரம் போடப்பட்டிருந்தது. அதற்குள்ளிருந்து மெழுகுவர்த்தியின் ஒளி தோன்றியது. ஆனால் பக் கூடாரத்திற்குள்ளே நுழைந்தபோது பெரோல்ட்டும், பிரான்சுவாவும் அதை அதட்டினார்கள். சமையல் வேலைக்கான சில கருவிகளை எடுத்து அதன் மேல் வீசினார்கள். அது பயந்து வெளியே கடுங்குளிருக்குள்ளே ஓட்டமெடுத்தது. குளிர்ந்த காற்று வீசிற்று. பக்கால் அதைத் தாங்க முடியவில்லை. அதன் முன்னங்காலில் ஏற்பட்டிருந்த காயத்தில் குளிர்க்காற்று பட்டுப் பொறுக்க முடியாத வலி எடுத்தது. பனியின் மேல் படுத்துப் பக் தூங்க முயன்றது. ஆனால் உறைபனி விழுந்து அதை நடுக்கிற்று. கீழே படுக்கவே முடியவில்லை. ஆறாத் துயரத்தோடு அது கூடாரங்களினிடையே சுற்றிச் சுற்றித்திரிந்தது. எந்த

இடத்திலும் ஒரே கடுங்குளிர்தான். அங்குமிங்கும் காட்டுநாய்கள் திரிந்தன. அவை பக்கின் மேல் பாயவந்தபோது பக் பிடரிமயிரைச் சிலிர்த்துக் கொண்டு சீறிற்று. அப்படிச் செய்துதான் அவற்றிடமிருந்து தப்ப முடியும் என்று பக் தெரிந்து கொண்டிருந்தது. அந்த உபாயமும் நல்ல பயனளித்தது.

கடைசியில் பக்குக்கு ஓர் எண்ணம் தோன்றியது. தன்னுடன் இருந்த மற்ற நாய்கள் என்ன செய்கின்றன என்று பார்க்கலாமென்று திரும்பி வந்தது. ஆனால் அவற்றில் ஒரு நாயைக் கூடக் காணமுடியவில்லை. எல்லாம் எங்கேயோ மறைந்துவிட்டன. கூடாரம் முழுவதும் அவற்றைத் தேடி பக் அலைந்தது. அவை கூடாரத்திற்குள் இருக்கின்றனவா? இருக்க முடியாது. அவை அங்கிருந்தால் பக்கை மட்டும் வெளியில் துரத்தியிருக்க மாட்டார்கள். பிறகு அவை எங்கே இருக்கமுடியும்? வாலை மடித்துக்கொண்டு நடுக்கும் குளிரிலே கூடாரத்தைச் சுற்றிச்சுற்றி ஒரு நோக்கமும் இல்லாமல் பக் வட்டமிட்டுக் கொண்டிருந்தது. ஓரிடத்திலே அது தன் முன்னங்கால்களை வைத்தபோது திடீரென்று கால்கள் தரையில் புதைந்தன. அங்கே பனி இளகியிருந்தது. அதன் கால்களுக்கடியில் ஏதோ ஒரு பிராணி நெளியலாயிற்று. அதைக் கண்டு பயந்து பக் சிலிர்த்துக்கொண்டும் சீறிக்கொண்டும் பின்னால் தாவியது. ஆனால் தரைக்குள்ளிருந்து சிநேகபாவத்துடன் ஒரு நாயின் குரல் கேட்கவே அது திரும்பிச் சென்று பார்த்தது. பந்துபோல சுருண்டு அந்தப் பனிக்கடியிலே பில்லி படுத்திருந்தது. பில்லி தனது அன்பைப் பல வகைகளிலே பக்குக்குக் காட்ட முயன்றது.

மற்றொரு படிப்பினை, பனியிலே படுத்துறங்க அதுதான் வழியா? பக் ஓரிடத்தைத் தேர்ந்தெடுத்து எப்படியோ ஒரு குழி தோண்டிக் கொண்டு அதில் படுத்தது. கொஞ்ச நேரத்தில் அதன் உடம்பில் உள்ள உஷ்ணமே அந்தக் குழி முழுவதும் பரவிவிட்டது. பக் உறக்கத்தில் ஆழ்ந்தது. அந்த நாள் முழுவதும் எத்தனையோ சிரமங்கள். ஆகையால் அதற்கு நல்ல தூக்கம் வந்ததென்றாலும், பலவகையான கனவுகளைக் கண்டு தூக்கத்திலேயே உறுமிக் கொண்டும் குரைத்துக்கொண்டுமிருந்தது.

மறுநாட்காலையில் முகாமிலே ஏற்பட்ட ஆரவாரத்தைக் கேட்கும் வரையில் பக் விழிக்கவில்லை. முதலில் அதற்குத் தான் இருக்கும் இடமே தெரியவில்லை. இரவெல்லாம் பனி விழுந்து குழியை நன்றாக மூடிவிட்டது. நான்கு பக்கங்களிலும் பனிச்சுவர்கள் அதன் உடம்பின்மேல் அழுத்தலாயின. வலையில் அகப்பட்டுக் கொண்டதுபோல் அதற்கு ஒரு பெரிய பயம் பிடித்தது. அது மிகவும் நாகரிகமடைந்த நாய். அதற்கு வலையில் அகப்படும்

அனுபவம் ஏற்பட்டதே கிடையாது. இருந்தாலும் அந்தப் பயம் உண்டாயிற்று. அதற்குள்ளே மறைந்துகிடந்த அதன் மூதாதையர் களின் பயங்கர அனுபவம் எப்படியோ மேலெழுந்துவிட்டது. அதன் உடம்பிலுள்ள தசைநார்களெல்லாம் தாமாகவே துடித்தன. அதன் கழுத்திலும் தோள்களிலும் உள்ள ரோமம் சிலிர்த்தது. பக் மூர்க்கமாகச் சீறிக்கொண்டு துள்ளிக் குதித்தது. அதைச் சுற்றியிருந்த உறைபனி நாலாபக்கமும் தெறித்து விழுந்தது.

பக் துள்ளிக்குதித்து நின்றபோது எதிரில் இருந்த முகாம் அதன் கண்ணில்பட்டது. அப்பொழுதுதான் அதற்குத் தான் இருக்குமிடம் எதுவென்று புலனாயிற்று. மானுவெலோடு வெளியே புறப்பட்டது முதல் பனியிலே குழிதோண்டிப் படுத்தது வரை நடந்த நிகழ்ச்சிகளெல்லாம் அதன் நினைவிற்கு வந்தன.

பக்கைப் பார்த்ததும் பிரான்சுவா உரக்கக் கூவினான். "இந்தப் பக் சீக்கிரம் எல்லாம் பழகிக்கொள்ளும் என்று நான் சொன்னது சரிதானே?" என்று அவன் பெரோல்ட்டைக் கேட்டான்.

பெரோல்ட் தலையை அசைத்து ஆமோதித்தான். கனடா அரசாங்கத்தின் முக்கியமான கடிதங்களை எடுத்துச்செல்கின்றவன் என்ற முறையிலே நல்ல நாய்களைத் தேடிப்பிடிக்க வேண்டுமென்று அவன் கவலை கொண்டிருந்தான். பக் கிடைத்ததைப் பற்றி அவனுக்குத் தனிப்பட்ட மகிழ்ச்சி.

ஒருமணி நேரத்திற்குள்ளே மேலும் மூன்று எஸ்கிமோ நாய்கள் அந்தக் கோஷ்டியில் சேர்க்கப்படவே மொத்தம் ஒன்பது நாய்களாயின. கால்மணியிலே அவற்றிற்கெல்லாம் வார்ப்பட்டை களால் சேணம் போட்டாயிற்று. அவை டையேகானன் என்ற இடத்தை நோக்கி உறைபனிப்பாதையிலே சறுக்குவண்டியை இழுத்துக்கொண்டு புறப்பட்டன. அந்த இடத்தைவிட்டுப் போவதில் பக்குக்கு மகிழ்ச்சிதான். வண்டி இழுப்பது கடினமாக இருந்தாலும் அதை அவ்வளவாக வெறுக்கவில்லை. அந்தக் கோஷ்டியிலிருந்த நாய்களிடையே உற்சாகமும் ஆவலும் காணப்பட்டன; பக்குக்கும் அவை தாமாகவே ஏற்பட்டன. டேவ், ஸோலெக்ஸ் இரண்டும் இப்பொழுது முற்றிலும் மாறிவிட்டதைக் கண்டு பக் ஆச்சரியமுற்றது. சேணமணிந்தவுடன் அவை புதுநாய் களாக ஆகிவிட்டன. யாதொரு தொந்தரவுமில்லாமலும், எதையும் கவனிக்காமலும் தனியாகக் கிடக்க வேண்டுமென்ற அவற்றின் விருப்பமெல்லாம் மறைந்துவிட்டன. அவற்றிற்குச் சுறுசுறுப்பும் வேலையில் ஆர்வமும் வந்துவிட்டன. வண்டி இழுப்பதிலே ஏதாவது இடைஞ்சலோ, தாமதமோ ஏற்பட்டால் அவை சினமடையும். உறைபனிப் பாதையிலே சறுக்குவண்டி இழுத்துச்செல்வதுதான் அவற்றின் வாழ்க்கையின் நோக்கம்

போலவும், அந்தப் பனியிலேதான் அவற்றிற்கு இன்பம் போலவும் தோன்றின.

சறுக்குவண்டியில் பூட்டியிருந்த வரிசையில் டேவ்தான் எல்லா நாய்களுக்கும் பின்னால் இருந்தது; அதற்கு முன்னால் பக்; அதற்கு முன்னால் ஸோலெக்ஸ்; எல்லாவற்றிற்கும் முன்னால் தலைமை ஸ்தானத்தில் ஸ்பிட்ஸ்.

பக்கைப் பழக்குவதற்காகவே டேவுக்கும் ஸோலெக்ஸுக்கும் மத்தியில் அதைப் பூட்டினார்கள். பக் நல்ல மாணவன். டேவும் ஸோலெக்ஸும் கற்றுக்கொடுப்பதில் தேர்ந்தவை. பக் தவறு செய்யும்போதெல்லாம் தமது கூரிய பற்களால் கண்டித்து அவை அதைப் பழக்கின. டேவ் நியாயமுள்ளது; நல்ல அறிவும் வாய்ந்தது; காரணமில்லாமல் அது தண்டிக்காது; அவசியமான இடத்தில் தண்டிக்காமலும் விடாது. டேவிற்குப் பக்கபலமாகப் பிரான்சுவா வின் சாட்டையும் அதன் வேலையைச் செய்தது. ஆதலால் எதிர்த்துப் போராடுவதைவிடத் தன்னைத் திருத்திக் கொள்வதே நல்லது என்று பக் கண்டுகொண்டது. ஒரு தடவை ஓரிடத்திலே சறுக்குவண்டி கொஞ்ச நேரம் தயங்கியபோது வண்டியை இழுக்கப் பயன்படும் அள்ளைவார்களான திராஸ் வார்களில் பக் சிக்கலாக மாட்டிக்கொண்டது. அதனால் புறப்படுவதற்குத் தாமதமாயிற்று. டேவும், ஸோலெக்ஸும் பக்கின் மேல் பாய்ந்து நல்ல தண்டனை வழங்கின. அதனால் இன்னும் சிக்கல் அதிகமாயிற்று. ஆனால் அது முதல் திராஸ் வார்களை ஒழுங்காக வைக்கப் பக் கற்றுக்கொண்டது. அந்த நாள் முடிவதற்குள் பக் தனது பணியை மிக நன்றாகப் பழகிக் கொண்டதால் தண்டனைக்குரிய சந்தர்ப்பங்கள் குறைந்துவிட்டன. பிரான்சுவாவின் சாட்டைவீச்சும் ஓயலாயிற்று. அன்றைய வேலை முடிந்தவுடன் பெரோல்ட் பக்கின் கால்களைத் தூக்கிக் காயமேற்பட்டிருக்கிறதா என்று பரிசோதித்துப் பார்த்தான். நன்றாக வேலை செய்யும் நாய்க்குத்தான் இந்த மரியாதை கிடைக்கும். நாள் முழுவதும் கடினமான ஓட்டம். உறைந்த ஆறுகளைத் தாண்டியும், காற்றால் உண்டாக்கப்பட்ட பனிக்கட்டித்திடர்களுக்கு இடையிலுமாகச் செல்லவேண்டியிருந்தது. அவிந்துபோன எரிமலைகளின் வாய்களில் சங்கிலித்தொடர்போல் ஏற்பட்டிருந்த பல ஏரிகளைக் கடந்து செல்லவேண்டியிருந்தது. இரவாகிப் பல மணி நேரத்திற்குப் பிறகு பென்னட் ஏரியின் அருகிலே ஒரு பெரிய கூடாரம் அமைத்தார்கள். ஆயிரக்கணக்கான தங்கவேட்டைக்காரர்கள் அந்த இடத்தில் வசந்தகாலத்தை எதிர்பார்த்துப் படகுகள் கட்டிக் கொண்டிருந்தார்கள். நல்ல வேலை செய்து களைத்துப்போயிருந்த பக் பனியிலே ஒரு வளை தோண்டிக் கொண்டு படுத்து நிம்மதியாக உறங்கிற்று. ஆனால்

அதிகாலையிலேயே இருட்டு பிரியாத முன்பே நாய்களை அதட்டி எழுப்பி அவற்றிற்கு மீண்டும் சேணம் போட்டார்கள்.

பாதை நன்றாக இருந்ததால் அன்று நாற்பது மைல் போக முடிந்தது. ஆனால் அதற்கு அடுத்த நாளும், அதைத் தொடர்ந்து பல நாட்களும் அவ்வாறு போகமுடியவில்லை. பனிக்கட்டியிலே புதிதாகப் பாதை அமைத்துக்கொண்டு செல்லவேண்டியிருந்தது. அதனால் வண்டி இழுப்பதும் சிரமமாயிற்று. சாதாரணமாக நாய்களுக்கு முன்னால் சென்று அவை சுலபமாகச் செல்லுவதற்குத் தகுந்தவாறு பெரோல்ட் பனியை ஒழுங்குபடுத்துவான். பிரான்சுவா சறுக்குவண்டியிலமர்ந்து அதைச் செலுத்துவான். எப்பொழுதாவது ஒரு சில சமயங்களில் அவர்கள் தங்கள் வேலையை மாற்றிக் கொள்வார்கள். விரைந்து செல்ல வேண்டுமென்று பெரோல்ட் அவசரப்பட்டான். பனிக்கட்டியைப் பற்றித் தனக்குள்ள அறிவைக் குறித்து அவன் பெருமை கொள்வதுண்டு. இது போன்ற பிரயாணத்திற்கு அந்த அறிவு மிக அவசியம். அந்தச் சமயத்தில் லேசாகத்தான் பனிக்கட்டி விழுந்திருந்தது. வேகமாகத் தண்ணீர் ஓடிக்கொண்டிருக்குமிடத்தில் பனிக்கட்டியே இல்லை.

முடிவில்லாமல் பல நாட்கள் பக் உழைத்தது. நன்கு இருட்டிய பிறகேதான் முகாம் போட்டுத் தங்குவார்கள். விடியும் அறிகுறிகள் தென்படும்போதே மறுபடியும் வேலை தொடங்கிவிடும்.

இருட்டிலே கூடாரமடித்த பின்பு நாய்களுக்கு மீன்துண்டுகள் உணவாகக் கிடைக்கும். அவற்றைத் தின்றுவிட்டு அவை பனியிலே வளை தோண்டிப் படுத்துறங்கும். பக்கிற்கு அடக்க முடியாத பசி.

சூரியவெப்பத்தில் உலர்த்திய ஒன்றரை ராத்தல் மீன் அதற்குத் தினமும் உணவாகக் கிடைத்தது. வயிற்றுக்குள்ளே அது மாயமாக மறைந்துவிடும். போதுமான உணவு கிடைக்காததால் அது சதா பசியால் வாடியது. மற்ற நாய்களில் ஒவ்வொன்றிற்கும் ஒவ்வொரு ராத்தல் மீன்தான் கிடைத்தது. இருந்தாலும் அந்த நாய்களின் பருமனும் எடையும் குறைவாகையாலும், அந்த மாதிரி வாழ்க்கைக்காகவே அவை பிறந்தவையாகையாலும் அந்த உணவைக் கொண்டே அவை இளைக்காமல் நல்ல நிலையில் இருந்தன.

நாகரிகமாகச் சுவைதேர்ந்து சாப்பிடும் பழைய வழக்கத்தைப் பக் விரைவில் இழந்துவிட்டது. அது மெதுவாக உணவைச் சுவைத்துச் சாப்பிட்டுக் கொண்டிருக்கும்பொழுது மற்ற நாய்களெல்லாம் விரைவிலே தங்கள் பங்கை முடித்துவிட்டு அதன் பங்கிலே திருடத் தொடங்கின. இதைத் தடுக்க முடியவில்லை. ஏதாவது இரண்டு மூன்று நாய்களோடு சண்டையிட்டுத்

துரத்துவதற்குள் மற்ற நாய்கள் அதன் உணவைக் கொள்ளை யிட்டுவிடும். அதனால் பக்கும் மற்ற நாய்களைப் போல் வேகமாகச் சாப்பிடலாயிற்று. பசியின் தூண்டுதலால் அதுவும் தனக்குச் சொந்தமில்லாத உணவைத் திருடவும் தயங்கவில்லை. அது மற்ற நாய்களைக் கவனித்துப் பார்த்துப் பழகிக்கொண்டது. புதிய நாய்களில் ஒன்றான பைக் திருடுவதில் சாமர்த்தியமுள்ளது. பெரோல்ட் ஏமாந்திருக்கும் சமயம் பார்த்து அது ஒரு துண்டு பன்றி இறைச்சியைத் தந்திரமாகத் திருடிக்கொண்டதைப் பக் பார்த்தது. அந்த நாயின் வழியைப் பின்பற்றி அடுத்த நாள் பக் ஒரு பெரிய துண்டையே திருடிவிட்டது. அதைக்குறித்து முகாமில் ஒரே அமர்க்களம் ஏற்பட்டது. ஆனால் யாரும் பக்கைச் சந்தேகிக்கவில்லை. டப் என்ற பெயருடைய நாய் தடுமாற்றத்தால் ஏதாவது தவறு செய்து அகப்பட்டுக்கொள்ளும். பக் திருடியதற்காக டப் அன்று தண்டனை பெற்றது.

குளிர் மிகுந்த அந்த வடக்குப் பனிப் பிரதேசத்திலே பிழைப்பதற்குப் பக் தகுதி உடையதுதான் என்பது அதன் முதல் திருட்டிலேயே வெளியாயிற்று. மாறுகின்ற நிலைமைக்குத்தக்கவாறு அனுசரித்து நடந்துகொள்ள அதற்குத் திறமையிருந்தது. அந்தத் திறமையில்லாவிட்டால் விரைவிலே சாவு நிச்சயம். ஆனால் அதன் நல்லொழுக்கம் சிதறுண்டது. அந்தக் கொடிய வாழ்க்கைப் போராட்டத்திலே நல்லொழுக்கமே ஒரு குறைபாடாகத் தோன்றியது. பிறருடைய உடைமையை அபகரிக்கக்கூடாது என்பதும், பிறருடைய உணர்ச்சிகளுக்கு மரியாதை கொடுக்க வேண்டும் என்பதும் அன்பும் தோழமையும் ஆட்சி செய்யும் தெற்குப்பிரதேசத்திலே சரிப்படும்; ஆனால் கோரைப்பல்லும் குறுந்தடியும் ஆட்சி செலுத்தும் வடக்குப் பனிப் பிரதேசத்திலே அவற்றைக் கருதுபவன் முட்டாளாக வேண்டும்; அவன் முன்னேறி வாழ முடியாது.

பக் இவற்றையெல்லாம் சிந்தித்து முடிவு செய்யவில்லை. தன்னை அறியாமலேயே அது புதுமுறை வாழ்க்கைக்கு ஏற்றவாறு தன்னைத் தகுதியாக்கிக்கொண்டது. வாழ்க்கையிலே அது முன்பெல்லாம் சண்டைக்குப் பயந்து ஓடியதில்லை. ஆனால் சிவப்பு மேலங்கிக்காரனுடைய அடி அதற்குப் புதியதொரு தருமத்தைக் கற்றுத்தந்தது. நாகரிக வாழ்க்கையிலே அது ஞாயத்திற்காகப் போராடி உயிர் விடவும் தயாராக இருக்கும். ஆனால் இப்பொழுது தனக்கேற்படும் துன்பத்தைத் தவிர்ப்பதற்காக அது ஞாயத்தைக் கவனிக்காமல் ஓடத் தயாராக இருந்தது. திருடுவதிலே அதற்கு மகிழ்ச்சியில்லை; ஆனால் அதன் வயிறு காய்ந்தது. வயிற்றின் கொடுமையைத் தாங்க முடியவில்லை.

குறுந்தடிக்கும் கோரைப்பல்லுக்கும் அஞ்சி அது வெளிப் படையாகத் திருடாமல், தந்திரமாகவும் ரகசியமாகவும் திருடிற்று. இந்தக் காரியங்களையெல்லாம் செய்து அங்கு வாழ்வது சுலபம். செய்யாமல் வாழ்வதுதான் கடினம். அதனாலேயே பக் அவற்றில் ஈடுபட்டது.

இப்படியாக, பக்கின் முன்னேற்றம் (அல்லது பிற்போக்கு) வேகமாக நடைபெற்றது. அதன் தசைநார்கள் எஃகு போல வலுவடைந்துவிட்டன. சாதாரணமான வலியெல்லாம் அதற்குத் தோன்றாதவாறு அதன் உடம்பு மரத்துப்போய்விட்டது. எதிலும் சிக்கனமாக இருக்க அது தெரிந்துகொண்டது. ஏதாவது ஒரு பண்டம் எத்தனை அருவருக்கத்தக்கதாக இருந்தாலும், ஜீரணிக்க முடியாததாக இருந்தாலும் அது தின்னத் தயங்கவில்லை. அப்படித் தின்றவுடன் அதன் வயிற்றில் சுரக்கும் ஜீரணநீர்கள் எப்படியோ அதிலிருந்து கிடைக்கக் கூடிய ஒருசிறு உணவுச் சத்தையும் விடாமற் கவரலாயின. அந்தச் சத்தை உடம்பின் எல்லாப் பாகங்களுக்கும் ரத்தம் கொண்டுசென்றது; உறுதிமிக்க திசுக்கள் உடம்பிலே உருவாயின. பார்வையும் மோப்பம் பிடிக்கும் திறனும் மிகக் கூர்மையாகி விட்டன. உறக்க நிலையிலேகூட மிகச் சிறிய சத்தமும் அதற்குக் கேட்கும்படி செவிப்புலனும் அவ்வளவு நுட்பமாகிவிட்டது. சத்தத்தைக் கேட்கும்பொழுதே அதனால் தீங்கு ஏற்படுமா அல்லது நன்மை விளையுமா என்று கூடக் கண்டுபிடிக்கத் தெரிந்துகொண்டது. கால்விரல்களுக்கிடையிலே பனிக்கட்டி கோர்த்துக் கொள்ளும்போது வாயால் அதைக் கடித்துத் தள்ளவும் அது கற்றுக்கொண்டது. தாகமெடுத்தால் நீர்நிலைக்கு மேலே மூடியுள்ள பனிக்கட்டியைத் தனது முன்னங்கால்களால் இடித்துத் தள்ளிவிட்டுத் தண்ணீர் குடிக்கவும் அது பழகிக்கொண்டது. காற்றை மோப்பம் பிடித்து ஓர் இரவுக்கு முன்னதாகவே பின்னால் ஏற்படும் காலநிலைமையைப் பற்றித் தெரிந்துகொள்ளும் சக்தி அதற்குத் தனிச்சிறப்பாக அமைந்தது. அது இரவு நேரத்திலே எந்த இடத்தில் வளை தோண்டிப் படுத்தாலும் அந்த வளை காற்றடிக்கும் திசையிலிருந்து ஒதுங்கவே இருக்கும். வளை தோண்டும்போது காற்று கொஞ்சம் கூட அடிக்காமலிருந்தாலும் பின்னால் வரப்போகும் காற்றின் திசையை அது சரியாகத் தெரிந்துகொள்ளும்.

அனுபவத்தால் மட்டும் அது எல்லாம் கற்றுக் கொள்ளவில்லை. அதற்குள்ளே மறைந்துபோனவை போலக் கிடந்த இயல்பூக்கங்கள் மறுபடியும் உயிர்பெற்றன. மனிதனோடு பழகி நாகரிக வாழ்க்கை நடத்தியபோது அதன் முன்னோர்களின் வாழ்க்கைமுறை அதனிடமிருந்து மறையலாயிற்று. ஆதி காலத்திலே கானகத்திலே கூட்டம் கூட்டமாகச் சுற்றித்திரிந்து தங்கள் இரையைத் தேடிய

அந்தக் காட்டுநாய்களின் வாழ்க்கைமுறையின் வாசனை மெதுவாக அதற்கு நினைவிற்கு வந்தது. ஓநாய் போலத் தாக்குவதையும், திரும்பி ஓடுவதையும் கற்றுக்கொள்வது அதற்குப் பெரிய காரியமல்ல. மறந்துபோன அதன் ஆதிமூதாதைகள் இப்படித்தான் சண்டையிட்டன. பாரம்பரியமாகப் பதிந்திருந்த இந்தப் பழைய வாழ்க்கைமுறையும், பழைய தந்திரங்களும் முயற்சியில்லாமலேயே மேலெழுந்தன. குளிர் மிகுந்த அமைதியான இரவுகளில் நட்சத்திரங்களை நோக்கிக் கொண்டு ஓநாயைப்போலப் பக் ஊளையிடும்போதெல்லாம், பல நூற்றாண்டுகளுக்கு முன்னால் வாழ்ந்து மறைந்து மண்ணாய்ப்போன அதன் மூதாதைகளே அதன் மூலமாக ஊளையிட்டன. அதன் குரலிலே அந்தச் சமயத்தில் தொனிக்கும் உணர்ச்சிகளெல்லாம் அதன் மூதாதைகள் குளிரையும் இருட்டையும் கண்டு பட்ட துன்பத்தின் உணர்ச்சிகளேயாகும்.

வாழ்க்கை ஒரு பொம்மலாட்டம் என்பதற்கு அறிகுறியாக, பண்டைக்காலப் பழமை உணர்ச்சிகள் அதற்குள்ளே பொங்கி எழுந்தன. பக் பழைய பூர்வீக வாழ்க்கை நிலையை எய்திற்று. வடக்குப் பனிப்பிரதேசத்திலே தங்கம் கிடைப்பதை மக்கள் அறிந்தனர். தோட்டக்காரனுக்கு உதவியாகப் பணி செய்த மானுவெலின் கூலி அவன் மனைவியையும், பிள்ளை குட்டிகளையும் காப்பாற்றப் போதுமானதாக இல்லை. இந்தக் காரணங்களின் விளைவாய் பக்கின் வாழ்க்கையில் இத்தகைய மாறுதல் ஏற்பட்டது.

3

பூர்வீக விலங்குணர்ச்சி

பூர்வீகநிலையிலேயுள்ள விலங்குணர்ச்சி பக்கினிடத்திலே மிக வலிமையோடிருந்தது. பனிப்பாதையிலே சறுக்குவண்டியிழுக்கும் கடுமையான வாழ்க்கை ஏற்பட்டதால் அந்த உணர்ச்சி மேலும் மேலும் வளர்ந்தது. ஆனால் அவ்வளர்ச்சி மறைமுகமாகவே நடைபெற்றது. அதனிடத்திலே புதிதாகத் தோன்றியுள்ள தந்திர உணர்ச்சியால் அதற்கு வாழ்க்கையிலே ஒரு சமநிலையும், கட்டுப்பாடும் பிறந்தன. புதிய வாழ்க்கைக்குத் தன்னைப் பக்குவப் படுத்திக்கொண்டிருந்த பக் சண்டைக்குப்போவதை அறவே விலக்கியது; தானாகவே சண்டை வந்து சேர்ந்தாலும் கூடுமான வரையில் அதை எப்படியாவது தவிர்க்கவே முயலும். அதன் போக்கிலே ஒரு நிதானம் தனிப்பண்பாக அமையலாயிற்று. அவசரப்பட்டு அது எதையும் செய்துவிடாது. அதற்கும் ஸ்பிட்ஸுக்குமிடையிலே வளர்ந்திருந்த கடுமையான வெறுப்பினாற் கூட அது பொறுமையிழந்து குற்றமான செயலொன்றும் புரியவில்லை.

தலைமைப்பதவியிலே தனக்குப் போட்டியாக, பக் தோன்றியுள்ளதென்பதை யூகித்துக்கொண்டு, ஸ்பிட்ஸ் ஒவ்வொரு சந்தர்ப்பத்திலும் கோபத்தோடு தனது பல்லைக் காட்டத் தவறாது. வேண்டுமென்றே அது பக்குக்குத் தொல்லை கொடுக்க முயலும்; எப்படியாவது அதனுடன் சண்டையிட வேண்டுமென்று பார்க்கும். அப்படிச் சண்டை உண்டாகுமானால் அவற்றுள் ஒன்று சாவது நிச்சயம்.

பிரயாணத்தின் தொடக்கநிலையிலேயே அவ்விரண்டிற்கும் சண்டை மூண்டிருக்கும். ஆனால் என்றுமே ஏற்படாத ஒரு புதிய சம்பவத்தால் அந்தச் சண்டை தடைப்பட்டுவிட்டது. அன்றைய பகல் முடிவடையவே ‘ல பார்ஜ்’ என்ற ஏரியின் கரையில் தங்க வேண்டியதாயிற்று. பனிக்கட்டி வேகமாக விழுந்து கொண்டிருந்தது. கூரிய கத்தியைப்போலக் குளிர்காற்று உடம்பிலே பாய்ந்தது; இருளும் சூழ்ந்துகொண்டது. இந்த நிலையிலே முகாம்போட இடந்தேடினார்கள். ஏரியைவிட்டு மறுபுறம் திரும்பினால் சுவர்போல் ஒரே செங்குத்தான குன்று நின்றது. அதனால் அந்த ஏரியின் மேல் மூடியிருந்த பனிக்கட்டியின் மேலேயே பெரோல்ட்டும்,

பிரான்சுவாவும் படுக்க வேண்டியதாயிற்று. வண்டியிலே பாரம் அதிகமில்லாதிருப்பதற்காக அவர்கள் பாரத்தை டையேனியிலேயே போட்டுவிட்டு வந்திருந்தார்கள். பனிக்கட்டி மூடாத காலத்தில் தண்ணீரில் மிதந்து வந்து ஒதுக்கப்பட்டிருந்த குச்சிகள் அங்கு கிடந்தன. அவற்றைக் கொண்டு அவர்கள் தீமூட்டினார்கள். ஆனால் தீ மூட்டிய இடத்தில் கொஞ்ச நேரத்தில் பனிக்கட்டி உருகியதால் குச்சிகளும், தீயும் ஏரிக்குள்ளே முழுகிவிட்டன. பெரோல்ட்டும் பிரான்சுவாவும் இருட்டிலே தங்கள் உணவை முடித்துக்கொள்ள வேண்டியதாயிற்று.

பக்கத்திலே குன்றின் அடிப்பாகத்தில் ஓர் ஒதுக்கான இடத்தில் பக் வளை தோண்டிப் படுத்தது. அந்த வளை மிக வசதியாகவும், வெதுவெதுப்பாகவும் இருந்ததால் அன்றைய மீன்உணவுக்காக பிரான்சுவா அழைத்தபோது பக்குக்கு அதைவிட்டுச்செல்ல முதலில் மனமில்லை. பிறகு அரைமனதோடு சென்று தனது பங்கைத் தின்றுவிட்டுத் திரும்பிவந்தது. அதற்குள் வளையை வேறொரு நாய் தனக்குச் சொந்தமாக்கிக் கொண்டது. சீறுகின்ற அதன் குரலைக் கேட்டதும் அது ஸ்பிட்ஸ்தான் என்று பக் தெரிந்து கொண்டது. இதுவரையிலும் பக் தன் விரோதியுடன் சண்டையிடுவதைத் தவிர்த்துவந்தது. ஆனால் இப்பொழுது ஸ்பிட்ஸின் செய்கை வரம்பு கடந்துவிட்டது. அதனால் பக்கின் கொடிய விலங்குணர்ச்சி கர்ஜித்தெழுந்தது. அது என்றுமில்லாத மூர்க்கத்தோடு ஸ்பிட்ஸின் மேல் பாய்ந்தது. அதன் சீற்றம் பக்குக்கே வியப்பாயிருந்தது. ஸ்பிட்ஸோ அதைக் கண்டு திகைத்துவிட்டது. உருவத்தில் பெரியதாக இருப்பதால்தான் பக் மற்ற நாய்களை மிரட்டிக் கொண்டிருந்ததாக ஸ்பிட்ஸ் எண்ணியிருந்தது. அதற்கு அத்தனை வீரமுண்டென்று ஸ்பிட்ஸ் கருதவில்லை.

அவை ஒன்றின் மேலொன்று பாய முயல்வதைப் பிரான்சுவா பார்த்தான். பக்கின் ரோசத்தைக் கண்டு அவனுக்கே ஆச்சரியம். அந்தச் சண்டையின் காரணத்தை அவன் தெரிந்து கொண்டான். “அந்தத் திருட்டுப்பயலுக்கு நல்லாக்கொடு, நல்லாக்கொடு”, என்று அவன் பக்கைப் பார்த்துக் கூவினான்.

ஸ்பிட்ஸும் பலிவாங்கத் தயாராக இருந்தது. அடங்காக் கோபத்தோடு அது கத்திற்று. முன்னும்பின்னும் அது வட்டமிட்டுப் பக்கின்மேல் பாய ஒரு நல்ல சந்தர்ப்பத்தை எதிர்பார்த்துக் கொண்டிருந்தது. பக்கும் சண்டையில் மிகுந்த ஆர்வங்காட்டிற்று. அதுவும் எச்சரிக்கையோடு முன்னும் பின்னும் வட்டமிட்டுத் தனக்கு அனுகூலமான சமயத்திற்காகக் காத்திருந்தது. அந்த வேளையில்தான் என்றும் நிகழாத அந்தச் சம்பவம் நிகழ்ந்தது. முதன்மை ஸ்தானத்திற்காக அந்த இரு நாய்களிடையே ஏற்பட்ட

அந்தப் போராட்டம் அதனால் தடைப்பட்டுவிட்டது. பல நாட்களுக்குப் பிறகுதான் அச்சண்டை மறுபடியும் நடந்தது.

திடீரென்று பெரோல்ட் கோபத்தோடு கூவினான்; எலும்புந் தோலுமாகக் கிடந்த ஒரு நாயின் முதுகிலே தடியடி விழுகின்ற சத்தமும் எழுந்தது. அடி பொறுக்காமல் அந்த நாய் வீறிட்டது. மறுகணத்திலே முகாமில் ஒரே கூச்சலும் குழப்பமுமாக இருந்தது. பசியால் வயிறொட்டிப்போன எழுபது எண்பது எஸ்கிமோ நாய்கள் முகாமிலே புகுந்துவிட்டன. சிவப்பு இந்தியர் வாழும் ஏதோ ஓர் ஊரிலிருந்த அந்த நாய்கள் இங்கு முகாமிருப்பதை மோப்பம் பிடித்துக் கண்டுகொண்டன. பக்கும் ஸ்பிட்ஸும் சண்டையிட்டுக் கொண்டிருக்கும் சமயத்தில் அவை மெதுவாக முகாமுக்குள் வந்துவிட்டன. பெரோல்ட்டும் பிரான்சுவாவும் பெரிய தடிகளை எடுத்துக்கொண்டு அவற்றினிடையே பாய்ந்தபோது, அவை பல்லைக் காட்டிக்கொண்டு சண்டையிட முனைந்தது. உணவின் வாசனை அவைகளுக்கு ஒரு வெறியையே உண்டாக்கி விட்டது. உணவுப்பெட்டிக்குள் ஒரு நாய் தலையை விட்டுக்கொண்டிருப்பதைப் பெரோல்ட் கவனித்தான். அதன் விலா எலும்பின்மேல் விழுமாறு அவன் தடியால் ஓங்கி அடித்தான் உணவுப்பெட்டி கவிழ்ந்து விழுந்தது. அந்தக் கணத்திலேயே ரொட்டியையும் பன்றி இறைச்சியையும் நாடி ஒன்றின்மேல் ஒன்று மோதிக்கொண்டு பத்து இருபது நாய்கள் பாய்ந்தன.

தடியடியை அவை பொருட்படுத்தவே இல்லை. சரமாரியாக விழும் அடியால் அவைகள் ஊளையிட்டுக் கத்தினாலும், உணவுப்பொருள்களில் ஒரு துண்டுகூட விடாமல் விழுங்கும் வரையில் அந்த இடத்தைவிட்டு அவை நகரவில்லை.

இதற்குள் வண்டியிழுக்கும் நாய்கள் தங்கள் வளைகளை விட்டு வெளியேறின. படையெடுத்து வந்த அந்த மூர்க்கமான நாய்கள் அவற்றைத் தாக்கத்தொடங்கின. அந்த மாதிரி நாய்களைப் பக் பார்த்ததேயில்லை. அவற்றின் உடம்பில் உள்ள எலும்புகள் தோலைப் பொத்துக்கொண்டு வந்துவிடுமோ என்று சொல்லும் படியாக இருந்தன. தோலால் லேசாகப் போர்த்தப்பட்ட எலும்புக் கூடுகளே என்று அந்த நாய்களைச் சொல்லலாம். அவற்றின் கண்கள் தீயைப் போல் ஒளிவிட்டன. பசிவெறியால் அந்நாய்கள் பயங்கரத் தோற்றமளித்தன. அவற்றை எதிர்த்து நிற்பது சாத்தியமில்லை. முதல் பாய்ச்சலிலேயே அவை சறுக்குவண்டி நாய்களைச் செங்குத்தான குன்றின் பக்கமாக விரட்டியடித்துவிட்டன. மூன்று நாய்கள் பக்கைத் தாக்கின. நொடிப்பொழுதிற்குள் பக்கின் தலையிலும், தோளிலும் நீண்ட காயங்கள் ஏற்பட்டன. அந்தச் சமயத்தில் அங்கே ஒரே பயங்கர ஆரவாரமாக இருந்தது.

வழக்கம்போல் பில்லி அலறிற்று. டேவும், ஸோலெக்ஸும் பக்கம் பக்கமாக நின்று தைரியமாகப் போரிட்டன. அவற்றின் உடம்பில் ஏற்பட்டிருந்த பத்திருபது காயங்களிலிருந்து ரத்தம் சொட்டிக் கொண்டிருந்தது. ஜோ பிசாசு போலக் கவ்விக் கடித்தது. எஸ்கிமோ நாயொன்றின் முன்னங்காலை அது கவ்வியவுடன் எலும்பு முறியும்படிக் கடித்து விட்டது. நொண்டியான அந்த நாயின் மேல் பக் பாய்ந்து கழுத்தைக் கவ்வி வளைத்து முறித்தது. வாயில் நுரை தள்ளிக்கொண்டிருந்த ஒரு நாயின் கழுத்தைப் பிடித்துப் பக் கடித்தது. பக்கின் பற்கள் அதன் கழுத்திலேயுள்ள ரத்தக்குழாயிலே பதிந்தபொழுது ரத்தம் வீறிட்டு பக்கின் உடலெல்லாம் தெறித்தது. வாயிலே ஏற்பட்ட ரத்தச் சுவையினால் பக் மேலும் மூர்க்கமடைந்தது. பிறகு அது மற்றொரு நாயின் மேல் பாய்ந்தது. அதே சமயத்தில் அதன் கழுத்திலே பற்கள் பதிவதையும் அது உணர்ந்தது. பக்கவாட்டாக வந்து வஞ்சகமாக ஸ்பிட்ஸ் அதைத் தாக்கிவிட்டது.

வெளி நாய்களைத் தங்கள் முகாமிலிருந்து விரட்டிய பிறகு பெரோல்ட்டும் பிரான்சுவாவும் தங்கள் வண்டிநாய்களைக் காப்பாற்றுவதற்காக விரைந்து வந்தார்கள். அவர்களுக்கு முன்னால் அந்த எஸ்கிமோ நாய்கள் எதிர்த்து நிற்க முடியாமல் பின்னடைந்தன.

பக் தன்னை எதிரிகளிடமிருந்து விடுவித்துக் கொண்டது. ஆனால் ஒரு கணநேரத்திற்குத்தான். பெரோல்ட்டும் பிரான்சுவாவும் உணவுப் பொருள்களைக் காப்பாற்றுவதற்காக மீண்டும் முகாமிற்கு ஓடவேண்டியதாயிற்று. அதைக் கண்டு அந்தப் பகை நாய்கள் வண்டி நாய்களைத் தாக்கத் திரும்பிவந்தன. பில்லிக்குப் பயத்தாலேயே ஒரு தைரியம் பிறந்தது. வட்டமிட்டு வளைத்துக் கொண்டிருந்த அந்தக் கொடிய நாய்களினிடையே பாய்ந்து அது பனிக்கட்டியின்மேல் வேகமாக ஓடலாயிற்று. அதைத் தொடர்ந்து பக்கும் டப்பும் ஓடின. மற்ற வண்டிநாய்களும் அவற்றைப் பின்தொடர்ந்தன. அவற்றோடு பாய்ந்து செல்ல பக் தயாராகும் சமயத்தில் தன்னைக் கீழே வீழ்த்தும் நோக்கத்தோடு ஸ்பிட்ஸ் தன்மேல் பாய வருவதை அது கடைக்கண்ணால் பார்த்துவிட்டது. அந்த எஸ்கிமோ நாய்களின் மத்தியில் கீழே விழுந்தால் அதன் கதி அதோகதிதான். அதனால் அது தயாராக நின்று ஸ்பிட்ஸின் பாய்ச்சலால் ஏற்பட்ட அதிர்ச்சியைச் சமாளித்துக் கொண்டது. பிறகு அது மற்ற வண்டி நாய்களைப் போல ஏரியின்மேல் படிந்திருந்த பனிக்கட்டிகளின் வழியாக ஓட்டமெடுத்தது.

வெகு நேரத்திற்குப் பிறகு வண்டிநாய்கள் ஒன்பதும் கானகத்திலே ஒன்றுசேர்ந்து அங்கேயே தங்க இடம் தேடின. அப்பொழுது அவற்றைத் துரத்திக்கொண்டு பகைநாய்கள்

வரவில்லையென்றாலும் அவற்றின் நிலை பரிதாபமாக இருந்தது. நான்கைந்து இடங்களில் காயமுறாமல் ஒரு நாயும் தப்பவில்லை. சில நாய்களுக்குப் பலத்த காயம். டப்பின் பின்னங்கால் ஒன்றில் ஆழமான காயம். டையேவில் வந்து சேர்ந்த டாலி என்ற எஸ்கிமோ நாயின் தொண்டை கிழிந்துபோயிற்று. ஜோ ஒரு கண்ணை இழந்துவிட்டது. நல்ல சுபாவமுடைய பில்லியின் காதை ஒரு பகை நாய் மென்று பல துண்டுகளாகக் கிழித்துவிட்டது. அதனால் இரவு முழுவதும் பில்லி தேம்பிக்கொண்டும் கத்திக் கொண்டுமிருந்தது. பொழுது விடிந்ததும் அந்த நாய்கள் நொண்டி நொண்டி முகாமுக்குத் திரும்பின. பகைநாய்கள் போய்விட்டன. பெரோல்ட்டும், பிரான்சுவாவும் கோபத்தில் உட்கார்ந்திருந்தார்கள். உணவுப் பொருள்களில் பாதி போய்விட்டது. சறுக்குவண்டி வார்களையும், கித்தான் உறைகளையும் எஸ்கிமோ நாய்கள் பல இடங்களில் கடித்துத் தின்றுவிட்டன. தின்பதற்கு முடியும் என்று தோன்றிய எந்தப் பொருளும் அவற்றிடமிருந்து தப்பவில்லை. பனிமான் தோலால் செய்த பெரோல்ட்டின் பாதரட்சைகளையும் கடித்துத் தின்றுவிட்டன. வண்டியின் திராஸ்வார்களையும் கடித்துத் தின்றுவிட்டன. அதைப் பற்றி விசனத்தோடு சிந்தனை செய்து கொண்டிருந்த பிரான்சுவா காயங்களோடு திரும்பிய நாய்களைக் கவனிக்கலானான்.

"அடடா! உங்களுக்கெல்லாம் வெறி பிடித்தாலும் பிடித்துவிடும். பெரோல்ட், அவை எல்லாம் வெறிநாய்களோ என்னவோ–நீ என்ன நினைக்கிறாய்?"

பெரோல்ட் ஐயத்தோடு தலையை அசைத்தான். டாஸன்* என்ற நகரத்திற்குப் போய்ச் சேர இன்னும் நானூறு மைல் பிரயாணம் செய்யவேண்டும். அப்படியிருக்க நாய்களுக்கு வெறி பிடித்தால் அவன் நிலைமை திண்டாட்டமாக முடியும்.

இரண்டு மணிநேரம் சிரமப்பட்டுச் சேணங்களை ஒருமாதிரி சரிப்படுத்தினார்கள். பிறகு காயத்தால் ஏற்பட்ட வலியைச் சகித்துக் கொண்டு நாய்கள் ஓடலாயின. பாதையும் மிகக் கடினமாக இருந்தது. அந்த இடத்திலிருந்து டாஸன்வரை பனிப்பாதையில் செல்லுவது மிகவும் சிரமம். முப்பதுமைல் ஆறு என்னும் பெயர்கொண்ட ஆறு மிகுந்த வேகமுடையது. உறைபனி அதிற்பதிய முடியவில்லை. தண்ணீர் சுழிந்தோடும் இடங்களிலும், தேக்கமாகவுள்ள இடங்களிலுமே பனிக்கட்டி மூடியிருந்தது. ஆதலால் அந்த முப்பது மைல்களைக் கடக்க ஆறு நாட்கள்

---

* யூக்கான் பிரதேசத்தின் தலைநகரம், கிளாண்டைக் ஆறு யூக்கான் ஆற்றுடன் கலக்குமிடத்திற்கருகில் உள்ளது.

அலுப்பைப் பாராமல் உழைக்க வேண்டியிருந்தது. ஒவ்வோர் அடி எடுத்துவைக்கும்போதும் நாய்க்கும் மனிதனுக்கும் அங்கே மரணம் நேரலாம். அப்படி ஆபத்து நிறைந்த வழி அது. பாலங்கள்போலக் கிடந்த பனிக்கட்டியின் மீது வழிபார்த்துக்கொண்டு முன்னால் நடந்துபோகும்போது பத்துப் பன்னிரண்டு தடவை காலடியிலுள்ள பனிக்கட்டி அமிழ்ந்ததால் பெரோல்ட் தண்ணீருக்குள் மூழ்கிவிட்டான். இப்படிப்பட்ட பகுதிகளில் நடக்கும்போது அவன் ஒரு நீளமான கழியைத் தன் மார்போடு சேர்த்துக் குறுக்காகப் பிடித்துக் கொள்ளுவான். அவன் தண்ணீரில் மூழ்கும்போதெல்லாம் அந்தக் கழி சுற்றியுள்ள பனிக்கட்டியின் மேல்குறுக்காக விழுந்து அவன் முற்றிலும் உள்ளே போய்விடாமல் உயிரைக் காப்பாற்றியது. அவ்வாறு உயிர் தப்பினாலும் தண்ணீரின் குளிர்ச்சியைத் தாங்குவது மிகக்கடினம். அந்தச் சமயத்திலே வெப்பநிலை பூஜ்யத்திற்கும் கீழே ஐம்பது டிகிரிவரை சென்றுவிட்டது. அதனால் ஒவ்வொரு தடவை தண்ணீரில் மூழ்கியெழும்போதும் தீ உண்டாக்கிக் குளிர்காய வேண்டியதாயிற்று.

பெரோல்ட் எதற்கும் அஞ்சுபவனல்ல. அப்படி அஞ் சாநெஞ்சம் கொண்டிருந்ததால்தான் தபால்களைக் கொண்டு செல்லும் அரசாங்க வேலைக்கு அவனைத் தேர்ந்தெடுத்தார்கள். அதிகாலையிலிருந்து இருட்டாகும் வரையில் அவன் ஓயாமல் உழைத்தான்; உறைபனியில் ஏற்படும் எல்லா விதமான ஆபத்துக்களையும் உறுதியோடு எதிர்த்துச்சென்றான். ஆற்றின் கரை ஓரங்களில் மட்டும் படிந்திருந்த பனிக்கட்டியின் மேலும் அவன் வண்டியைச் செலுத்தினான். பல தடவைகளில் பாரம் தாங்காமல் அப்பனிக்கட்டி உடைந்து முழுகலாயிற்று. ஒருதடவை சறுக்குவண்டியே தண்ணீரில் அமிழ்ந்துவிட்டது. டேவும், பக்கும் அதனுடன் மூழ்கிவிட்டன. அவற்றை வெளியில் இழுப்பதற்குள் அவை குளிரினால் விறைத்து நடுங்கின. உடனே தீ உண்டாக்கித்தான் அவைகளைக் காப்பாற்ற முடிந்தது. அவற்றின் உடம்பெல்லாம் பனிக்கட்டி போர்த்தியிருந்தது. பெரொல்ட்டும் பிரான்சுவாவும் தீயைச் சுற்றிச்சுற்றி அவற்றை ஓடவைத்தார்கள். அப்பொழுதுதான் பனி உருகி அவற்றின் உடம்பில் உஷ்ணம் ஏறத் தொடங்கியது. அப்போது அவை தீக்கு வெகு சமீபத்தில் சென்றதால் தோல் பொசுங்கிவிட்டது.

மற்றொரு தடவை ஸ்பிட்ஸ் மூழ்கிவிட்டது. பக்கையும் டேவையும் தவிர மற்ற நாய்கள் எல்லாம் அதனுடன் மூழ்கின. பக்கும் டேவும் பலங்கொண்ட மட்டும் பின்புறமாகச் சாய்ந்து நிற்க முயன்றன. அவற்றின் கால்கள் பனிக்கட்டியில் வழுக்கின. பிரான்சுவா வண்டியின் பின்னால் நின்று அதை இழுத்துப்

பிடித்து நிறுத்தத் தன் பலத்தை எல்லாம் சேர்த்து முயன்று கொண்டிருந்தான். ஒரு தடவை வண்டிக்கு முன்னாலும் பின்னாலுமிருந்த பனிக்கட்டிகள் சிதறிப்போய்விட்டன. அதனால் முன்னேறிச் செல்லவும் முடியவில்லை. பின்வாங்கித் திரும்பவும் முடியவில்லை. ஒரு பக்கத்திலே ஆறு. மற்றொரு பக்கத்திலே குன்று. அந்தக் குன்றிலேறி தப்புவதைத் தவிர வேறு வழியில்லை. முதலில் பெரோல்ட் அந்தக் குன்றின்மேல் ஏறினான். அவன் ஏறியதை ஓர் அற்புதச்செயல் என்றே சொல்லலாம். சேணத்திலுள்ள வார்களையெல்லாம் எடுத்து ஒன்றோடொன்று இணைத்து நீளமான கயிறாகச் செய்தார்கள். அந்தக் கயிற்றின் உதவியால் நாய்களை ஒவ்வொன்றாகக் குன்றின் உச்சிக்கு ஏற்றினார்கள். பிறகு சறுக்கு வண்டியை மேலே ஏற்றிவிட்டுக் கடைசியாக, பிரான்சுவா மேலே ஏறினான். பிறகு கீழே இறங்குவதற்கு வசதியான இடத்தைத் தேடினார்கள். கயிறின் உதவியைக் கொண்டே முடிவில் கீழே இறங்க முடிந்தது. இவ்வளவு சிரமப்பட்டுச் சென்றும் அன்று இரவு நேரம் வரையிலும் அவர்கள் கால் மைல் தூரமே முன்னேறி யிருந்தார்கள்.

ஹூட்ட லின்குவா போய்ச்சேருவதற்குள் பக் முற்றிலும் அலுத்துப் போயிற்று. மற்ற நாய்களும் அதே நிலையில்தான் இருந்தன. ஆனால் இதுவரையில் ஏற்பட்ட தாமதத்தை ஈடு செய்வதற்காகப் பெரோல்ட் முயன்றான். அதிகாலையிலேயே புறப்பட்டு இரவில் வெகுநேரம்வரை பயணத்தை விடாது நடத்தினான். முதல் நாள் முப்பத்தைந்து மைல் சென்று பெரிய சால்மன் சேர்ந்தார்கள். மறுநாள் மேலும் முப்பத்தைந்து மைல் சென்று சிறிய சால்மன் சேர்ந்தார்கள். மூன்றாம் நாள் நாற்பது மைல் பிரயாணம் செய்தார்கள்.

எஸ்கிமோ நாய்களின் பாதங்களைப்போல, பக்கின் பாதங்கள் உறுதியாக இருக்கவில்லை. அதன் முன்னோர்கள் மனிதனோடு பழகிப்பழகி நாகரிகமாக வாழத் தொடங்கியதால், அவற்றின் பாதங்கள் கடினத்தன்மையை இழந்துவிட்டன. பக்கின் பாதம் மென்மை வாய்ந்தது. நாள் முழுவதும் அது வலியோடு நொண்டி நொண்டிச் சென்றது. முகாம் போட்டுத் தங்கிய உடனே அது உயிரற்றதுபோல் படுத்துவிடும். மிகுந்த பசியாக இருந்தாலும் மீன் உணவைப் பெற்றுக்கொள்ள அது எழுந்து வராது. பிரான்சுவாதான் உணவை அதனிடம் கொண்டுவர வேண்டும். அவன் ஒவ்வோர் இரவிலும் தான் உணவருந்திய பிறகு பக்கின் பாதங்களை அரை மணி நேரத்திற்கு நன்றாகத் தேய்த்துவிடுவான். பனிமான் தோலால் செய்த அவனுடைய பாதரட்சைகளின் மேல்பாகங்களை அறுத்து அவன் பக்குக்குச் சிறிய பாதரட்சைகள் செய்து கட்டினான்.

அதனால் பக்குக்கு மிகுந்த ஆறுதலேற்பட்டது. ஒருநாள் காலையில் பக்குக்கு இந்தப் பாதரட்சைகளை அணியப் பிரான்சுவா மறந்துவிட்டான்; பக் தன் கால்களை மேலே தூக்கிக்கொண்டு மல்லாந்து படுத்துவிட்டது; பாதரட்சைகள் இல்லாமல் புறப்பட மறுத்தது. அது பாதரட்சைகளை வேண்டி மல்லாந்து படுத்துக் கிடப்பதைக் கண்டு பெரோல்ட் கூடப் பல்லைக்காட்டிக்கொண்டு சிரித்துவிட்டான். நாளாக நாளாகப் பக்கின் பாதங்கள் பனிப் பாதையில் ஓடியோடி நன்கு உறுதி அடைந்து விட்டன. அதனால் தேய்ந்துபோன அதன் பாதரட்சைகளைத் தூக்கி எறிந்துவிட்டார்கள்.

ஒருநாள் காலை, பெல்லி* என்ற ஆற்றின் அருகிலிருந்து புறப் படுவதற்காக நாய்களுக்குச் சேணம் போட்டுக் கொண்டிருந்தார்கள். டாலிக்குத் திடீரென்று வெறி பிடித்துக் கொண்டது. அது ஓநாயைப்போல் நீண்ட நேரம் உள்ளம் உருகும்படி ஊளையிட்டுத் தனக்கு வெறி பிடித்திருப்பதை வெளிப்படுத்திற்று. பயத்தால் ஒவ்வொரு நாயும் மெய்சிலிர்த்தது. டாலி பக்கின்மேல் பாய வந்தது. வெறிபிடித்த நாயைப் பக் பார்த்ததுமில்லை. அதைக் கண்டு பயந்ததுமில்லை. இருந்தாலும் எப்படியோ அதற்குப் பயமேற்பட்டது; பீதியோடு அது ஓட்டம் பிடித்தது. பெருமூச்சு விட்டுக்கொண்டும், வாயில் நுரை தள்ளிக் கொண்டும் டாலி துரத்திற்று. பக் பாய்ந்து பாய்ந்து சென்றது. அதற்கு ஒரே கிலி. டாலியும் விடாமல் துரத்தி வந்தது. அதற்கு ஒரே வெறி. அந்தத் தீவின் மத்தியிலிருந்த காடுகளின் வழியாகப் பாய்ந்தோடி, பக் கீழ்க்கோடியை அடைந்தது. அங்கிருந்து பனிக்கட்டி நிறைந்த ஒரு கால்வாயைக் கடந்து வேறொரு தீவுக்கு ஓடிற்று. அதைவிட்டு மற்றொரு தீவுக்குப் பாய்ந்தது. பக்குக்கு நம்பிக்கை குலையலாயிற்று. அது சுற்றி வளைத்து மீண்டும் ஆற்றிற்கே வந்து அதைக் கடக்க விரைந்தது. அது திரும்பிப் பார்க்கவே இல்லை. இருந்தாலும் அதைத் துரத்திக்கொண்டு மிக அருகிலேயே டாலி வருவதை அதன் உறுமலிலிருந்து அறிந்துகொண்டது. கால்மைல் தொலைவிலே பிரான்சுவா நின்று பக்கை அழைக்கும் குரல் கேட்டது. அவன்தான் தன்னைக் காப்பாற்றுவான் என்ற நம்பிக்கையோடு பக் மூச்சுத்திணறத் திணறத் திரும்பிப் பாய்ந் தோடிற்று. பிரான்சுவா கோடரியை ஓங்கிக் கொண்டு நின்றான். பக் அவனைத் தாண்டி ஓடவே வெறிபிடித்த டாலியும் பின்தொடர்ந்தது. அதன் தலையிலே கோடரி பலமாக விழுந்து உயிரை வாங்கியது.

---

* இது கானடாவில் யூக்கான் பிரதேசத்திலிருக்கிறது. இது லூயிஸ் என்ற ஆற்றுடன் கலந்து யூக்கான் ஆறாக மாறுகிறது.

ஒரே களைப்புடன் பக் சறுக்குவண்டியருகே தடுமாறித் தடுமாறிச் சென்று நின்றது. அதனால் மூச்சுவிடவே முடியவில்லை. ஸ்பிட்ஸுக்கு அதுவே நல்ல சமயம். அது பக்கின் மேல் பாய்ந்தது. இரண்டு முறை அதன் பற்கள் பக்கின் உடம்பிலே நன்கு பதிந்து வெளியிலே எலும்பு தெரியும்படியாகச் சதையைக் கிழித்துவிட்டன. பக்கால் எதிர்த்துப்போராட முடியவில்லை. அந்த நிலையிலே பிரான்சுவாவின் சாட்டை குறுக்கிட்டது. ஸ்பிட்ஸுக்கு அப்பொழுது கிடைத்த சாட்டையடியைப் போல அந்த வண்டி நாய்களின் வேறொன்றுக்கும் என்றுமே கிடைத்ததில்லை. பக் அதைக்கண்டு திருப்தியுற்றது.

“அந்த ஸ்பிட்ஸ் ஒரு பிசாசு. ஒரு நாளைக்கு அது பக்கைத் தீர்த்துவிடும்” என்றான் பெரோல்ட்.

“பக் மட்டும் லேசல்ல. அது ரெட்டைப்பிசாசு. ஒரு நாளைக்கு அது பொல்லாத கோபங்கொண்டு அந்த ஸ்பிட்ஸை மென்று துப்பிப்போடும். எனக்கு நிச்சயமாய்த் தெரியும்” என்று பிரான்சுவா பதில் அளித்தான்.

அந்த நாள் முதல் ஸ்பிட்ஸுக்கும் பக்குக்கும் ஒரே போர். வண்டி இழுக்கும்போது ஸ்பிட்ஸ் முதலிடம் வகித்தது. மற்ற நாய்கள் அதையே தலைவனாக ஏற்றுப் பணிகள் நடந்தன. தென்பிரதேசத்து நாயான பக்கால் அந்தத் தலைமைக்குப் பங்கம் நேரலாயிற்று. தென்பிரதேச நாய்கள் பலவற்றை ஸ்பிட்ஸ் பார்த்திருக்கிறது. முகாமிலும், பிரயாணத்திலும் அவற்றில் ஒன்றாவது திருப்தியளித்ததில்லை. உழைப்புக்கும், உறைபனிக்கும், பசிக்கும் விரைவிலே அவை இரையாயின. பக் இந்த விதிக்கு இலக்காக இருந்தது. அது மட்டும் எல்லாவற்றையும் சகித்துக் கொண்டு உடல் வளமும் பெற்றுவந்தது. பலத்திலும், கொடுமையிலும், தந்திரத்திலும் அது எஸ்கிமோ நாய்களுக்கு இணையாக விளங்கிற்று. மேலும் அதற்கு ஆதிக்கம் செலுத்தும் தன்மையும் இருந்தது. சிவப்பு மேலங்கிக்காரனிடம் தடியடி பட்டதிலிருந்து அது கண்மூடித்தனமான ஆத்திரத்தையும், அவசரத்தையும் விட்டுவிட்டது. தலைமை வகிக்க வேண்டும் என்ற ஆசையாற்கூட அது நிதானத்தை இழக்காமலிருந்ததால்தான் அதைப் பற்றிப் பயப்பட வேண்டியிருந்தது. அது மிக நல்ல தந்திரசாலி; ஏற்ற காலத்தை எதிர்பார்த்து மிகுந்த பொறுமை யோடிருந்தது.

தலைமைப்பதவிக்காகப் போராட்டம் நேர்வது தவிர்க்க முடியாததாயிற்று. பக் அதை விரும்பியது. பக்கின் தன்மை அத்தகையது. பனிப்பாறையிலே வண்டி இழுப்பதில் முதலிடம் பெற வேண்டும் என்று ஏதோ ஓர் இனந்தெரியாத ஆர்வம் பக்கை

நன்றாகப் பற்றிக்கொண்டது. அந்த ஆர்வத்தால் தூண்டப்பட்டே பல நாய்கள் தமது கடைசிமூச்சு வரை உழைக்கின்றன. அந்த ஆர்வத்தாலேயே சேணத்தோடு சாவதில் அவை மகிழ்ச்சி யடைகின்றன. இனிமேல், வண்டியிழுக்கத் தகுதியற்றவை என்று அவை தள்ளப்படும்போது உள்ளம் குலைகின்றன. அந்த ஆர்வமே டேவையும், சோலெக்ஸையும் வண்டியிழுப்பதில் மிகுந்த உற்சாகங்காட்டச் செய்தது. வண்டி இழுப்பதில் தவறு செய்யும் நாய்களையும், காலை நேரத்தில் சேணம் போடும்போது வராமல் மறைந்து திரியும் நாய்களையும் தண்டிக்கும்படி அந்த ஆர்வமே ஸ்பிட்ஸைத் தூண்டியது.

ஸ்பிட்ஸின் தலைமைப்பதவியைத் தகர்க்க பக் வெளிப் படையாகவே முற்பட்டது. கடமையைச் செய்யத் தவறிய நாய்களை, ஸ்பிட்ஸ் தண்டிக்க முயலும்போது அது குறுக்கிட்டது. வேண்டுமென்றே அது அவ்வாறு செய்தது. ஒரு நாள் இரவு பனி மிகுதியாகப் பெய்தது. மறுநாள் காலையிலே பக் தன் வளையை விட்டு வந்து சேரவில்லை. ஓர் அடி ஆழத்திற்குப் பனியால் மூடிக்கிடக்கும் வளையிலே அது பத்திரமாகப் பதுங்கியிருந்தது. பிரான்சுவா அதைக் கூப்பிட்டுக் கூப்பிட்டுப் பார்த்தான்; தேடியும் பார்த்தான். அது அசையவேயில்லை. ஸ்பிட்ஸ் கோபத்தோடு சீறியது; முகாம் முழுவதும் தேடிற்று. பனிப்பரப்பை முகர்ந்து பார்த்து உறுமிக்கொண்டே பல இடங்களில் தோண்டிப்பார்த்தது. அதன் உறுமலைக் கேட்டு, பக் நடுங்கியதென்றாலும் அது வெளியில் வரவேயில்லை.

ஆனால் கடைசியில் அதைத் தேடிக் கண்டுபிடித்தனர். உடனே ஸ்பிட்ஸ் அதைத் தண்டிக்க அதன்மேல் பாய்ந்தது. அந்த இரு நாய்களுக்குமிடையிலே கோபத்தோடு பக் பாய்ந்தது. ஸ்பிட்ஸ் இதை எதிர்பார்க்கவில்லை. மேலும் பக் மிகச் சாமர்த்தியமாகப் பாய்ந்ததால் ஸ்பிட்ஸ் பின்னால் சாய்ந்துவிழுந்தது. தலைமை நாய்க்கு எதிராக இவ்வாறு கலகம் மூண்டதைக் கண்டதும், நடுங்கிக் கொண்டிருந்த பக்குக்குத் தைரியம் வந்துவிட்டது. அது ஸ்பிட்ஸின் மேல் பாய்ந்தது. இதைக் கண்டு பிரான்சுவா உள்ளூர நகைத்தான். ஆனால், நீதி வழங்குவதில் தவறாத அவன் பக்கைத் தன் சாட்டையால் ஓங்கி அடித்தான். பக் சாட்டையடியைச் சட்டை செய்யவில்லை. அதனால் பிரான்சுவா சாட்டைத்தடியைத் திருப்பி அடித்தான். அந்த அடியால் அதிர்ச்சியுற்று பக் பின்னடைந்தது. மேலும் மேலும் அதற்குச் சாட்டை அடி கிடைத்தது. அதே சமயத்தில் பக்கை ஸ்பிட்ஸ் நன்றாகத் தண்டிக்கலாயிற்று.

டாஸனுக்கு அருகில் வரவர பக் தொடர்ந்து கலகம் செய்து கொண்டேயிருந்தது. குற்றம் செய்த நாய்களை ஸ்பிட்ஸ் தண்டிக்க முயலும்போதெல்லாம் அது குறுக்கிட்டது. ஆனால் பிரான்சுவா அருகில் இல்லாத சமயம் பார்த்துத் தந்திரமாகக் குறுக்கிட்டது. இம்மாதிரி பக் மறைவாகக் கலகம் செய்ததால், தலைவனுக்குப் பணியும் தன்மை எல்லா நாய்களிடமும் குறைந்து எதிர்ப்புணர்ச்சி வளர்ந்தது. டேவும், சோலெக்ஸும் மட்டும் என்றும்போல் இருந்தன. மற்ற நாய்களின் நடத்தை மோசமாகிக் கொண்டே வந்தது. முன்போல எல்லாம் ஒழுங்காக நடக்கவில்லை. தொடர்ந்து சச்சரவும் கூச்சலும் எழுந்தன. எப்பொழுதும் ஏதாவது ஒரு தொந்தரவு ஏற்படும். அதற்கு பக் தான் அடிப்படையான காரணமாக இருக்கும். ஸ்பிட்ஸுக்கும் பக்குக்கும் பெரிய சண்டை விரைவில் மூண்டுவிடும் என்று பிரான்சுவா சதா பயந்து கொண்டிருந்தான். இரவுநேரங்களில் மற்ற நாய்கள் தமக்குள் சண்டையிட்டுக் கொள்வதால் ஏற்படும் சத்தத்தைக் கேட்டுப் பக்கும் ஸ்பிட்ஸும்தான் சண்டையிட்டுக் கொள்வதாக எண்ணி, அவன் பலமுறை படுக்கையைவிட்டு எழுந்துவந்தான்.

ஆனால், அந்தப் பெரிய சண்டைக்குச் சமயம் வாய்க்கவில்லை. கடைசியில் ஒருநாள் மாலை நேரத்தில் அவர்கள் டாஸன் வந்து சேர்ந்தார்கள். அங்கே பல மனிதர்கள் இருந்தார்கள்; எண்ணற்ற நாய்களும் இருந்தன. அந்த நாய்களெல்லாம் வேலை செய்து கொண்டிருந்தன. முக்கியமான தெருக்களில் கூட்டங் கூட்டமாக வண்டியிழுத்துக்கொண்டு அந்த நாய்கள் நாளெல்லாம் போவதும் வருவதுமாக இருந்தன. இரவிலும் அவற்றின் கழுத்தில் உள்ள மணிகளின் ஓசை கேட்டுக்கொண்டிருந்தது. வெட்டு மரங்களையும், விறகுக்கட்டைகளையும் அவை இழுத்துச் சென்றன. சான்டா கிளாராவில் குதிரைகள் செய்த எல்லா வேலைகளையும் இங்கே நாய்கள் செய்தன. தென்பிரதேசத்து நாய்கள் சிலவற்றைப் பக் சந்தித்தது. ஆனால், அங்கேயிருந்த நாய்களில் பெரும்பாலானவை ஓநாய் இனத்தைச் சேர்ந்த எஸ்கிமோ நாய்களே. ஒவ்வோர் இரவிலும் ஒன்பது மணிக்கும், பன்னிரண்டு மணிக்கும், மூன்று மணிக்கும் அவை தவறாமல் ஒருவிதமாக ஊளையிட்டுக் கூவின. பக்கும் அவற்றோடு சேர்ந்து மகிழ்ச்சியோடு கூவிற்று.

இரவிலே அப்பிரதேசம் வெண்மையான பனியால் மூடப்பட்டு உணர்ச்சியற்றுக்கிடக்கும். அந்தச் சமயத்தில் விழுகின்ற உறைபனியினூடே நட்சத்திரங்கள் கூத்தாடுவதுபோலத் தோன்றும். வானத்திலே ஒரு விநோதமான ஒளி சில இரவுகளில் தோன்றும்.

இவற்றைக் கண்டு அந்த எஸ்கிமோ நாய்கள் தங்கள் வாழ்க்கை நிலையைக் குறித்து அழுவது போலவும், தேம்புவதுபோலவும் நெடுநேரம் ஊளையிட்டன. இவ்வாறு ஊளையிடும் பழக்கம் ஆதிகாலத்திலிருந்தே ஏற்பட்டிருக்கிறது. உலகத்திலே புதிதாக

உயிரினங்கள் தோன்றிக்கொண்டிருந்த அந்தக் காலத்திலேயே இது ஏற்பட்டதாகும். எண்ணிக்கையில் அடங்காத பல தலைமுறைகளின் துன்ப உணர்ச்சிகளெல்லாம் இதில் பொதிந்திருக்கின்றன.

ஊளையிடுவதைக் கேட்கும்போது பக்கின் உள்ளத்திலே புதியதோர் உணர்ச்சி ஏற்பட்டது. பக் புலம்பும்போதும், ஊளையிடும்போதும் காட்டிலே திரிந்த அதன் ஆதிமுன்னோர்கள் குளிரையும், இருட்டையும் கண்டு அஞ்சி அனுபவித்த பழைய துன்பங்களெல்லாம் அதன் குரலில் வெளியாயின. அந்தக் குரலிலே, பக்குக்குப் புதிய உணர்ச்சி உண்டானதிலிருந்து தனது நாகரிக வாழ்க்கையை மறந்து கொடுமை நிறைந்த பழையகால வாழ்க்கையை எய்திக்கொண்டிருந்தது என்பது நன்றாகத் தெரிந்தது.

டாஸனை அடைந்து ஏழு நாட்களாயின. பிறகு டையேவுக்குத் திரும்பிப்போக ஆயத்தமானார்கள். பெரோல்ட் அங்கு கொண்டு வந்து சேர்த்த கடிதங்களைவிட அவசரமான கடிதங்களை எடுத்துச் செல்ல வேண்டியிருந்தது. துரிதமாகப் பிரயாணம் செய்வதில் வல்லவன் என்ற தற்பெருமையும் அவனுக்குண்டு; அதனால் மிக விரைவில் இந்த முறை பயணத்தை முடிக்கத் திட்டமிட்டான். பல விஷயங்கள் அவனுக்குச் சாதகமாக இருந்தன. ஒரு வாரம் ஓய்வு கிடைத்தமையால் நாய்களெல்லாம் அலுப்பு தீர்ந்து வலிமை பெற்றுத் துடியாக இருந்தன. வரும்போது அவர்கள் உண்டாக்கிய உறைபனிப்பாதையிலேயே பின்னால் பலர் பிரயாணம் செய்ததால் அப்பாதை நன்கு இறுகி வசதியாக அமைந்திருந்தது. வழியிலே இரண்டு மூன்று இடங்களில் மனிதர்களுக்கும், நாய்களுக்கும் வேண்டிய உணவுகள் கிடைக்குமாறு போலீஸார் ஏற்பாடு செய்திருந்தனர். அதனால் அதிகமான உணவுப்பொருள்களை வண்டியில் ஏற்றிச் செல்லாமல் பாரத்தைக் குறைக்க முடிந்தது.

முதல்நாள் ஐம்பது மைல் பிரயாணம் செய்தார்கள். இரண்டாம் நாள் பெல்லி ஆற்றை எட்டிப்பிடிக்கும் அளவுக்கு வந்தனர். இவ்வளவு வேகமாக வந்தாலும் வண்டியைச் செலுத்தும் பிரான்சுவாவுக்குப் பல தொல்லைகளிருந்தன. பக் தொடங்கிய கலகத்தின் விளைவாக இப்பொழுது நாய்கள் அனைத்துப் ஒற்றுமையாக வேலை செய்வதில்லை. அவை சேர்ந்து ஒன்றாக இழுப்பது கிடையாது. பக் ஊட்டிய தைரியத்தால் மற்ற நாய்கள் சில்லறைக்குறும்புகள் செய்யத் தொடங்கின. அவற்றிற்கு ஸ்பிட்ஸிடத்திலிருந்த பயம் நீங்கிவிட்டது. அதனால் அதன் ஆதிக்கத்தை எதிர்க்க அவை உரங்கொண்டன. ஓர் இரவு ஸ்பிட்ஸின் பங்கிலிருந்து ஓர் அரைக்குண்டு மீனைப் பைக் திருடி விழுங்கிவிட்டது. பக் அதற்குக் காவலாக நின்றது. மற்றோர் இரவு டப்பும் ஜோவும் குற்றம் புரிந்ததோடல்லாமல், அவற்றைத் தண்டிக்க வந்த ஸ்பிட்ஸை எதிர்த்துத் தாக்கின. இயல்பாகவே நல்ல சுபாவமுடைய பில்லி கூட இப்பொழுது அப்படியிருக்கவில்லை.

முன்னைப்போல அது வாலைக் குழைத்து அன்பு காட்டவில்லை. ஸ்பிட்ஸுக்குப் பக்கத்தில் வரும்போதெல்லாம் பக் சீறிக்கொண்டும், உரோமத்தைச் சிலிர்த்துக்கொண்டுமிருந்தது. எளியவரிடம் கொடுமையாக நடந்துகொள்ளுகிறவனைப்போல அது ஸ்பிட்ஸின் கண்ணுக்கெதிரில் பெருமிதத்துடன் மேலும் கீழும் நடக்கலாயிற்று.

இவ்வாறு கட்டுப்பாடு குலைந்துபோகவே, நாய்களுக்குள்ளிருந்த தொடர்பும் சீர்கெட்டுவிட்டது. அவை ஒன்றையொன்று எதிர்த்து முன்னைவிட அதிகமாகச் சண்டையிடலாயின. முகாமே சண்டையும் கூக்குரலுமாக மாறிவிட்டது. டேவும் சோலெக்ஸும் மட்டும், மாறாமல் பழையபடி இருந்தன. இருந்தாலும் அவை மற்ற நாய்களுக்குள் ஏற்படும் முடிவில்லாத சச்சரவுகளால் எரிச்ச லடைந்தன. பிரான்சுவா வாய்க்குவந்தபடியெல்லாம் திட்டினான்; கோபத்தால் கொதித்தான். சடார் சடார் என்று சாட்டையின் வீச்சு எப்பொழுதும் கேட்டது. ஆனால் அதனால் அதிகப்பலன் உண்டாகவில்லை. பிரான்சுவாவின் கவனம் வேறு பக்கம் திரும்பியதும் நாய்கள் மீண்டும் சண்டையிடலாயின. அவன் ஸ்பிட்ஸின் சார்பாகத் தன் சாட்டையோடு நின்றான். மற்ற நாய்களின் சார்பாக பக் நின்றது. இந்தத் தொல்லைகளுக்கெல்லாம் பக்கே அடிப்படையான காரணம் என்று பிரான்சுவாவுக்குத் தெரியும். அவனுக்குத் தெரியுமென்று பக்குக்குத் தெரியும். அதனால் அது மீண்டும் நேரிடையாக அகப்பட்டுக் கொள்ளாதவாறு தந்திரமாக வேலை செய்தது. வண்டி இழுப்பதில் அது சற்றும் தவறு செய்யவில்லை. அந்த வேலையிலே அதற்குப் பெரிய மகிழ்ச்சி ஏற்பட்டிருந்தது. ஆனால், அது சாமர்த்தியமாக மற்ற நாய்களிடையே சண்டை மூட்டிவிட்டுத் திராஸ் வார்களில் சிக்கலுண்டாகும்படி செய்தது.

டாக்கீனா ஆற்றின் முகத்துவாரத்தில் ஒருநாள் இரவு தங்கினார்கள். உணவு முடிந்தது. அந்தச் சமயத்தில் ஒரு வெண்மை யான பனிமுயலைக் கண்டு டப் அதைப்பிடிக்க முயன்றது. ஆனால் பனிமுயல் அதன்பிடியில் அகப்படாமல் தப்பியோடிற்று. மறுகணத்தில் வண்டி நாய்களெல்லாம் அதைத் துரத்திக்கொண்டு பாய்ந்தன. வடமேற்குப்பிரதேச போலீஸ்காரர்கள் நூறு கஜத்திற்கு அப்பால் முகாமிட்டிருந்தார்கள். அவர்களிடம் ஐம்பது நாய்களிருந்தன. அவைகளும் வேட்டையில் கலந்து கொண்டன. ஆறு ஓடும் திசையிலேயே பனிமுயல் தாவியோடியது. பிறகு ஒரு சிறிய ஓடைப்பக்கம் திரும்பி அதன் மேல் படிந்திருந்த பனிக் கட்டியின் வழியாக ஓடிற்று. பனிப்பரப்பின் மீது ஓடுவது அதற்கு எளிதாக இருந்தது. ஆனால் அதைப்பிடிக்க வந்த நாய்களுக்கு அது அவ்வளவு எளிதாக இருக்கவில்லை. அறுபது நாய்களுக்கு முன்னால் பக் வேகமாக வந்தது. ஆனால் முயலை அணுக முடியவில்லை. தாவித் தாவி பக் பாய்ந்தது. மங்கிய நிலவின்

வெண்ணொளியிலே அதன் கட்டான உடல் அழகாகத் தோற்ற மளித்தது. ஏதோ ஒரு மூடுபனிக் குறளிபோலப் பனிமுயல் முன்னால் ஓடிற்று.

பட்டணங்களைவிட்டுக் காட்டுக்குச்சென்று துப்பாக்கிக் குண்டுகளைப் பொழிந்து, விலங்குகளையும் பறவைகளையும் கொன்று குவிக்க வேண்டும் என்ற ரத்தவெறி மனிதனுக்குப் பல சமயங்களில் தோன்றுகின்றது. அது பழமையான இயல்பூக்கத்தின் வேகமாகும். அந்த வேகமே இன்னும் அதிகமான வலிமையோடு பக்கைப் பற்றிக் கொண்டிருந்தது. உயிரோடு முன்னால் செல்லும் அந்த இரையைத் தனது பற்களாலேயே கடித்துக் கொன்று செங்குருதியை வாயில் சுவைக்க வேண்டுமென்று பக் எல்லா நாய்களுக்கும் முன்னால் தாவித் தாவிச்சென்றது.

ஒரு பரமானந்தம் வாழ்க்கையின் சிகரமாக ஏதோ ஒரு வேளையில் ஏற்படுகின்றது. அதற்குமேல் வாழ்க்கை உயர்வடைய முடியாது. துடிதுடித்து, உவகையில் தன்னை மறந்திருக்கும் நிலையிலேயே அந்தப் பரவசம் பிறக்கின்றது. திரைச்சீலையிலே உருவாகிக் கொண்டிருக்கும் உணர்ச்சியால் பொங்கும் ஓவியத்திலே உள்ளத்தைப் பறிகொடுத்திருக்கும் கலைஞனுக்குத் தன்னை மறந்த நிலையிலே அந்தக் களிப்பேருவகை வாய்க்கின்றது. படுகளத்தில் போர்வெறியோடு நிற்கும் வீரனுக்கு அது கிட்டுகின்றது. நிலவொளியிலே பஞ்சாய்ப் பறக்கும் பனிமுயலைத் துரத்திக் கொண்டு எல்லா நாய்களுக்கும் முன்னால் ஓநாய்போலக் குரல் கொடுத்துப் பாய்கின்ற பக்குக்கும் அந்தப் பரவச உவகை பிறந்தது. காலக்கருவில் உருவான விலங்குணர்ச்சியை, தனக்கு முன் தன் இனத்தில் தோன்றிய கொடிய தன்மையை பக் ஆழம்பார்த்தது. அந்த உணர்ச்சி மேலெழுவதை அறிந்தது. உயிர்வேகம் அதற்குள்ளே கொந்தளித்தெழுந்தது. மேலே தோன்றும் நட்சத்திரங்களுக்கும் கீழே விரிந்துகிடக்கும் அசைவற்ற சடப்பொருளான பனிப்பரப்புக்கும் இடையில் ஆர்வத்தோடு பாய்ந்து செல்லும் பக்கினிடத்திலே உறுதியான தசைநார்களின் துடிப்பும், வலிமையெல்லாம் பெற்றுள்ள வாழ்வின் எக்களிப்பும் வெளிப்பட்டன.

ஆனால் கிளர்ச்சி மிகுந்த காலத்திலும் திட்டமிட்டுக் காரியம் செய்யும் இயல்புகொண்ட ஸ்பிட்ஸ் மற்ற நாய்களை விட்டுவிட்டு வேறொரு குறுக்குவழியில் பாய்ந்து சென்றது. ஒரு நீண்ட வளைவைச் சுற்றிக்கொண்டு முயலும், அதன் பின்னால் பக்கும் வருவதற்குள், ஸ்பிட்ஸ் குறுக்குவழியில் முன்னால் சென்று மடக்கிக் கொண்டது. பக்குக்கு இந்தக் குறுக்குவழி தெரியாது. வெண்குறளி போலச்செல்லும் முயலுக்கு முன்னால் தோன்றி அதன் மேல் பாய்வதற்குத் தயாராக நிற்கும் மற்றொரு பெரிய குறளிபோல ஸ்பிட்ஸ் நிற்பதை அது கண்டது. முயலால் முன்னேறிப் போகவும் முடியவில்லை. பின்னால் திரும்பி ஓடவும்

முடியவில்லை. ஸ்பிட்ஸின் வெண்மையான பற்கள் அதன் முதுகிலே பாய்ந்தபோது அது அடிபட்ட மனிதனைப்போல வீறிட்டுக் கத்திற்று. சாவின் பிடியிலே அகப்பட்ட அந்தப் பிராணியின் கீச்சுக் குரலைக் கேட்டதும் பக்கைத் தொடர்ந்து அதன் பின் ஓடிவந்த நாய்களெல்லாம் கொடுங்களிப்போடு குரல் கொடுத்தன.

ஆனால் பக் அப்படிக் குரல் கொடுக்கவில்லை. இதுவரை வந்த முழு வேகத்தோடும் அது ஸ்பிட்ஸின் மேல் பாய்ந்தது. வேகம் மிக அதிகமாக இருந்ததால், பக்கினால் ஸ்பிட்ஸின் கழுத்தைப் பற்ற முடியவில்லை. இரண்டு நாய்களும் பனிப்பரப்பின் மீது பல தடவை உருண்டன. கீழே விழாததுபோல ஸ்பிட்ஸ் சட்டென்று எழுந்து நின்று பக்கின் தோளிலே வகிர்ந்துவிட்டு அப்பால் தாவிச்சென்றது. அதுநல்ல வசதியான இடம் பார்த்து நிற்பதற்காகச் சீறிக்கொண்டும் பற்களைக் கடித்துக்கொண்டும் சற்று பின்னால் நகர்ந்தது.

இறுதிச்சண்டைக்கு இதுவே தருணம் என்பதைப் பக் ஒரு கணத்திலே தெரிந்துகொண்டது. உயிர்போகும் வரையில் செய்ய வேண்டிய சண்டை அது. சீறிக்கொண்டும், காதுகளைப் பின்னால் மடித்துக்கொண்டும், நல்ல வசதியான சந்தர்ப்பத்தை நாடி அவையிரண்டும் சுற்றிச் சுற்றி வந்தபோது, அந்தப் போர்முறை பக்குக்கு மிகவும் பழகினதுபோல் ஓர் உணர்ச்சி உண்டாயிற்று. வெள்ளைப்பனி போர்த்த மரங்கள், வெள்ளைப்பனி போர்த்த நிலப்பரப்பு, வெள்ளை நிலவொளி, சண்டையின் கிளர்ச்சி இவையெல்லாம் அதற்கு நன்றாக நினைவில் வந்தன. எங்கும் ஒரே வெண்மை; எங்கும் நிசப்தம். இவற்றினிடையே பயங்கரமான ஓர் அமைதி. காற்றுகூட அசையவில்லை. ஓர் இலை கூட ஆடவில்லை. நன்கு பழக்கப்படாத ஓநாய்கள் போன்ற எஸ்கிமோ நாய்கள் பனிமுயலை ஒரு நொடியில் தீர்த்துவிட்டு வந்து வட்டமாகச் சூழ்ந்துகொண்டன. அவைகளும் மௌனமாக இருந்தன. அவற்றின் கண்கள் மட்டும் ஒளிவிட்டன. உறைபனியிலே அவை விடுகின்ற மூச்சு, புகைபோல மேலெழுந்தது. இந்தப் பண்டைக்காலக் காட்சியானது பக்குக்குப் புதியதாகத் தோன்றவில்லை. நடைமுறையில் எப்போதும் உள்ளதுதானே இது என்று தோன்றியது.

போரிடுவதில் ஸ்பிட்ஸுக்கு நல்ல அனுபவம் உண்டு. ஸ்பிட்ஸ்பர்கன், ஆர்க்டிக் சமுத்திரம், கானடா ஆகிய எல்லா இடங்களிலும் பல வகையான நாய்களோடு அது போரிட்டு வென்றிருக்கிறது. அதற்கு இப்பொழுது கடுங்கோபந்தான்; ஆனால் அது குருட்டுத்தனமான கோபமல்ல. எதிரியின் உடலைக் கிழித்து உதறிக் கொல்ல வேண்டும் என்று அதற்கு ஆத்திரமிருந்தாலும் தன் எதிரிக்கும் அத்தகைய ஆத்திரமிருக்கிறதென்பதை அது மறக்கவில்லை. எதிரியின் பாய்ச்சலைச் சமாளிப்பதற்கு ஆயத்தம்

செய்து கொண்ட பிறகே அது பாய முனைந்தது. எதிரியின் தாக்குதலைத் தடுப்பதற்கு ஆயத்தமான பிறகே அது தாக்கலாயிற்று. அந்தப் பெரிய வெள்ளைநாயின் கழுத்திலே தனது பற்களைப் பதிய பக் எவ்வளவோ முயன்றும் பயன்படவில்லை. அதன் கோரைப்பற்கள் கழுத்தருகே செல்லும்போதெல்லாம் ஸ்பிட்ஸின் கோரைப்பற்கள் எதிர்த்தன. பற்களும் பற்களும் மோதின. உதடுகள் கிழிந்து ரத்தம் ஒழுகிற்று. எதிரியின் தற்காப்பை பக்கால் குலைக்க முடியவில்லை. பிறகு அது ஸ்பிட்ஸைச் சுற்றிச்சுற்றி வேகமாக வந்து பாய்ந்தது; உறைபனி போன்ற வெள்ளைக் கழுத்தைக் கவ்விப்பிடிக்க அடிக்கடி முயன்றது. ஒவ்வொரு தடவையும் ஸ்பிட்ஸ் அதைக் காயப்படுத்திவிட்டுத் தப்பித்துக் கொண்ட பிறகு ஸ்பிட்ஸின் கழுத்தை நோக்கிப் பாய்வதைப் போலப் பல தடவை பாய்ந்து திடீரென்று அதன் தோள்பட்டையின் மேல் சாடி அதைக் கீழே தள்ள பக் முயன்றது. ஆனால் ஒவ்வொரு தடவையும் ஸ்பிட்ஸ் பக்கின் தோளை வகிர்ந்துவிட்டு லாவகமாக அப்பால் தாவிவிட்டது.

ஸ்பிட்ஸின் மேல் ஒரு சிறு காயமும் இல்லை. பக்கின் உடம்பிலிருந்து இரத்தம் பெருகிற்று. அதன் மூச்சு மிக வேகமாக வந்தது. சண்டை மேலும் பலமாயிற்று. எந்த நாய் கீழே விழுந்தாலும் அதைத் தீர்த்துக்கட்ட எஸ்கிமோ நாய்கள் தயாராக வட்டமிட்டு மௌனமாகக் காத்திருந்தன.

பக்குக்குப் பெருமூச்சு வாங்கிற்று. அதைக் கண்டு ஸ்பிட்ஸ் எதிர்த்துப் பாயத்தொடங்கியது. நிலையாகத் தரையில் கால்களை ஊன்றி நிற்க முடியாமல் பக் தவித்தது? ஒருதடவை பக் தலைகீழாக விழப்போவதுபோல் தோன்றியது. அதைப் பார்த்ததும் வட்ட மிட்டிருந்த அறுபது நாய்களும் அதன்மேல் பாய எத்தனித்தன. ஆனால், தரையில் விழுவதற்கு முன்பே பக் சமாளித்துக்கொண்டு கால்களை ஊன்றி நின்றது. காத்திருந்த நாய் வட்டம் மேலும் காத்திருக்கலாயிற்று.

உயர்வடைவதற்கு வேண்டிய முக்கியமான ஒரு தன்மை பக்குக்கு உண்டு. அதுதான் கற்பனைத்திறமை. இயல்பூக்கத்தின்படி அது இதுவரை சண்டையிட்டது. ஆனால் அது தனது மூளையைக் கொண்டும் சண்டையிட வல்லது. முன்பு தோள்பட்டையிலே சாட முயன்றதுபோல இப்பொழுது அது பாய்ந்தது; ஆனால் கடை நொடியில் தரையோடு படியும்படி கீழாகச் சென்று முன்னால் தாவிற்று. இந்த யுக்தியை ஸ்பிட்ஸ் எதிர்பார்க்கவில்லை. ஸ்பிட்ஸின் இடது முன்னங்காலில் பக்கின் பற்கள் ஆழமாகப் பதிந்தன. எலும்பு முறிந்து நொறுங்கும் சத்தம் கேட்டது. வெள்ளைநாய் இப்பொழுது மூன்று கால்களில் நின்றுதான் போரிட வேண்டியதாயிற்று. அதைக் கீழே தள்ளுவதற்குப் பக் மூன்று முறை முயன்றது. அது முயற்சிகள் பயன்பெறாமற்

போகவே சற்றுமுன் தாவியதுபோல தரையோடு படிந்து தாவி ஸ்பிட்ஸின் வலது முன்னங்காலை ஒடித்துவிட்டது. ஸ்பிட்ஸுக்கு மிகுந்த வலி ஏற்பட்டது. அதனால் சண்டையிடவும் முடியவில்லை. இருந்தாலும் அது பின்னிடாமல் நிற்பதற்குப் பெருமுயற்சி செய்தது. வட்டமிட்டு நிற்கும் நாய்கள் கண்களில் ஒளி வீசுவதையும், அவற்றின் நாக்குகள் ஆவலோடு தொங்குவதையும், அவற்றின் மூச்சு வெண்புகை போல மேலே கிளம்புவதையும் அது பார்த்தது; அந்த நாய்கள் சுற்றி நெருங்க முயல்வதையும் கவனித்தது. அப்படி நெருங்குவதை அது பல தடவை கண்டதுண்டு. அப்பொழுதெல்லாம் அந்த எதிரியின்மேல் விழவே அவை நெருங்கும். ஆனால் இப்பொழுது தோல்வி தனதே; தன் மேல் விழவே அவை நெருங்கிக்கொண்டிருந்தன.

இனி, அதற்கு நம்பிக்கை இல்லை. இரக்கமின்றிப் பக் தாக்கிக் கொண்டேயிருந்தது. இரக்கங்காட்டுவதெல்லாம் அந்தப் பிரதேசத்திற்கு ஏற்றதல்ல. நாகரிக வாழ்க்கை நடத்தும் தென் பிரதேசத்துக்கு அது ஏற்றதாக இருக்கலாம். இறுதிப்பாய்ச்சலுக்காகப் பக் நல்ல வசதி பார்த்துக் கொண்டிருந்தது. நாய் வட்டம் மிக அருகில் நெருங்கிவிட்டது. எஸ்கிமோ நாய்கள் தன்னைச் சுற்றி மூச்சு விடுவதைப் பக் நன்றாக உணர்ந்தது. ஸ்பிட்ஸின் மேல் விழுவதற்குத் தயாராக நின்று அவைகள் பக்கின் இறுதிப்பாய்ச்சலை எதிர்பார்த்திருந்தன. ஒருகணம் அங்கு அசைவே இல்லை. கல்லாகச் சமைந்தவைபோல அந்த நாய்கள் நின்றன. ஸ்பிட்ஸ் மட்டும் துடித்துக்கொண்டும், சீறிக்கொண்டும், உரோமத்தைச் சிலிர்த்துக் கொண்டும் சாவையே எதிர்த்து விரட்டியடிப்பதுபோலக் காட்சியளித்தது. பக் மாறிமாறிப் வாய்ந்தது. கடைசியில் தோளோடு தோள் மோதிற்று. நிலவு வெள்ளத்திலே முழுகியிருந்த பனிப்பரப்பின்மீது வட்டமிட்டுக் காத்திருந்த நாய்கள் மையத்திற்குத் தாவின; அவைகளுக்கிடையிலே ஸ்பிட்ஸ் மறைந்துவிட்டது. வெற்றிவீரனைப்போல ஒரு புறத்தில் நின்று பக் பார்த்துக் கொண்டிருந்தது. பூர்வீக விலங்குணர்ச்சி தலைக்கேறி, கொல்வதிலே குணத்தைக் கண்டது.

4

தலைமைப்பதவி

“டேய், நான் சொன்னதெப்படி? அந்தப் பக் ரெட்டைப் பிசாசுதானே?”

ஸ்பிட்ஸ் மறைந்ததையும், பக் உடம்பெல்லாம் காயமுற்றிருப் பதையும் கண்ட பிரான்சுவா இவ்வாறு மறுநாள் காலையில் கூறினான். பக்கைத் தீக்கருகில் பிடித்துச் சென்று அதன் காயங்களைக் கவனித்தான்.

பக்கின் மேலே தென்பட்ட படுகாயங்களை நோக்கிய பெரோல்ட் “ஸ்பிட்ஸ் சரியான சண்டை போட்டிருக்கிறது” என்றான்.

“பக் மட்டும் சும்மா விட்டதா? ரெட்டிப்புச்சண்டை போட்டிருக் கிறது. சரி. இனி நாம் வேகமாகச் செல்லலாம். ஸ்பிட்ஸ் போய் விட்டது. அதனால் தொல்லையும்போச்சு” என்றான் பிரான்சுவா.

சறுக்குவண்டியிலே பெரோல்ட் கூடாரச்சாமான்களை ஏற்றிக் கொண்டிருந்தான். பிரான்சுவா நாய்களுக்குச் சேணமிட்டு வண்டியில் பூட்டத்தொடங்கினான். தலைமைப்பதவியில் ஸ்பிட்ஸ் நிற்கக்கூடிய இடத்திற்கு ஓடி பக் நின்றது. அதைக் கவனியாமல் அந்த இடத்திற்குப் பிரான்சுவா சோலெக்ஸைக் கொண்டுவந்தான். சோலெக்ஸ்தான் இனித் தலைமைப்பதவிக்கு மிகவும் ஏற்றது என்பது அவன் எண்ணம். பக் கோபத்தோடு சோலெக்ஸின் மேல் பாய்ந்து அதை விரட்டிவிட்டு முதலிடத்தில் நின்றது.

பிரான்சுவா களிப்போடு தொடையைத் தட்டிக்கொண்டு, “ஆஹா அப்படியா? ஸ்பிட்ஸைக் கொன்றுவிட்டதால் அதன் இடம் உனக்கு வேணுமென்ற நினைப்பா?” என்று கூவினான்.

“உஸ் எட்டப்போ” என்று அவன் அதட்டினான்; ஆனால் பக் அசையவில்லை. அதன் கழுத்தைப் பிடித்து அவன் இழுத்துக் கொண்டு போனான். பக் உறுமி அச்சுறுத்த முயன்றது. ஆனால், பிரான்சுவா அதை ஒரு புறமாக இழுத்துவிட்டுவிட்டு, சோலெக்ஸை முதலிடத்திற்குக் கொண்டுபோனான். வயது முதிர்ந்த அந்த நாய்க்கு அது விருப்பமில்லை. பக்கிடம் அதற்குள்ள பயத்தை அது வெளிப்படையாகக் காட்டிற்று. பிரான்சுவா தனது முயற்சியில் விடாப்பிடியாக இருந்தான். ஆனால் அவன் சற்று மறுபக்கம் திரும்பியவுடன் சோலெக்ஸைத் துரத்திவிட்டு, பக் முதலிடத்தில்

நின்று கொண்டது. விட்டுக்கொடுக்க சோலெக்ஸும் தயாராகவே இருந்தது.

பிரான்சுவா கோபங்கொண்டான். "அப்படியா சங்கதி? இப்போ பார்" என்று அவன் கையில் தடியெடுத்து வந்தான்.

சிவப்பு மேலங்கிக்காரனைப் பக் நினைத்துப்பார்த்தது; உடனே அந்த இடத்தைவிட்டு மெதுவாகப் பின்வாங்கியது. மறுபடியும் சோலெக்ஸை முதலிடத்தில் பூட்டியபோதும் அதன் மீது பக் பாய முயலவில்லை. ஆனால் தடிக்கு அகப்படாமல் எட்டவே வட்டமிட்டுக்கொண்டு கோபத்தோடு சீறியது. தடியை வீசியெறிந்தாலும் தன் மேல் படாதவாறு அது எச்சரிக்கையோடு இருந்தது. தடியின் விஷயம் அதற்கு நன்கு தெரியுமல்லவா?

பிரான்சுவா தன் வேலையில் ஈடுபட்டான். மற்ற நாய்களைப் பூட்டிவிட்டு டேவுக்கு முன்னால் பக்கைப் பூட்ட அதை அழைத்தான். பக் இரண்டு மூன்றடி பின்னால் நகர்ந்தது. பிரான்சுவா கொஞ்ச தூரம் அதன் அருகில் வந்தான். அதைக்கண்டு பக் மேலும் பின்னால் சென்றது. பிரான்சுவா இவ்வாறு சில தடவை அதன் அருகே வர முயன்றும் அவன் கருத்து நிறைவேறவில்லை. அடி கிடைக்குமென்று பயந்துதான் பக் பின்னடைகின்றதென்று நினைத்து, அவன் தடியைக் கீழே போட்டுவிட்டான். ஆனால் பக் அவனை வெளிப்படையாகவே எதிர்த்து நின்றது. தடியடிக்குத் தப்ப வேண்டுமென்று அல்ல; தலைமை ஸ்தானத்தை அடையவே அது விரும்பிற்று. அந்த ஸ்தானத்தைப் பெற அதற்கு உரிமை உண்டு. தானே உழைத்துச் சம்பாதித்த ஸ்தானம் அது. அதனால் அதைப் பெறாமல் பக் திருப்தியடையாது.

பெரோல்ட்டும் வந்து சேர்ந்தான். சுமார் ஒரு மணி நேரம் வரையில் அவனும் பிரான்சுவாவும் பக்கைத் துரத்தினார்கள்; தடிகள் அதன் மேல் வீசினார்கள். பக் தந்திரமாகத் தப்பிக் கொண்டது. அவர்கள் அதன் மீது வசைமாரி பெய்தார்கள். அதன் பெற்றோர்களும், மூதாதையரும், அதற்கு இனிமேல் பிறக்கப்போகும் குட்டிகளும் கூட அவர்களுடைய சாபத்திற்குத் தப்பவில்லை. பக் அந்தச் சாபத்திற்குப் பதிலாகச் சீறிக்கொண்டு அவர்கள் கைக்கு அகப்படாமல் எட்டி நின்றது. அந்த இடத்தைவிட்டு ஓடிப்போக அது முயலவில்லை; ஆனால் முகாம் போட்ட இடத்தைச் சுற்றிச் சுற்றி வந்தது. இதன் மூலம் அது தன் விருப்பம் நிறைவேறினால் பழையபடி ஒழுங்காக வண்டியிழுக்க ஆயத்தமாக இருப்பதாக விளம்பரம் செய்தது.

பிரான்சுவா கீழே உட்கார்ந்து தலையைச் சொறியலானான் பெரோல்ட் கடிகாரத்தைப் பார்த்துக்கொண்டு சீறினான். காலம் வீணாகப் பறந்துகொண்டிருந்தது. ஒரு மணி நேரத்திற்கு முன்பே

அவர்கள் புறப்பட்டிருக்க வேண்டும். பிரான்சுவா மறுபடியும் தலையைச் சொறிந்தான். அவன் தலையை ஆட்டிக்கொண்டு பெரோல்டைப் பார்த்துப் பல்லை இளித்தான். தோல்விச் சின்னமாகப் பெரோல்ட்டும் தோள்களைக் குலுக்கினான். முதலிடத்திலிருந்த சோலெக்ஸுக்குப் பக்கத்தில் போய் நின்றுகொண்டு பிரான்சுவா பக்கை அழைத்தான். பக் நாய்ச்சிரிப்பு சிரித்தது. ஆனால் அருகில் வரவில்லை. சோலெக்ஸை அவிழ்த்து அதற்குரிய பழைய இடத்தில் பிரான்சுவா பூட்டினான். பக்கைத் தவிர மற்ற நாய்களெல்லாம் ஒழுங்காக வண்டியில் பூட்டப்பட்டுப் புறப்படத் தயாராக இருந்தன. முதலிடத்தைத் தவிர பக்குக்கு இப்பொழுது வேறு இடம் கிடையாது. மறுமுறையும் பிரான்சுவா பக்கை அழைத்தான். மறுமுறையும் பக் சிரித்துக்கொண்டு எட்டியே நின்றது.

“தடியைக் கீழே போட்டுவிடு” என்று பெரோல்ட் ஆணை யிட்டான்.

பிரான்சுவா தடியை எறிந்தான். உடனே வெற்றிச்சிரிப்பு சிரித்துக்கொண்டே பக் ஓடி வந்து முதலிடத்தில் நின்றுவிட்டது. அள்ளைவார்களைப் பூட்டினார்கள். வண்டி புறப்பட்டு ஆற்றுப் பாதை வழியாக ஓடலாயிற்று.

பக் மிக நல்ல நாய் என்று பிரான்சுவா மதித்திருந்தான். ஆனால் அவன் அதற்குக் கொடுத்திருந்த மதிப்பே குறைவு என்று கருதும்படியாக அது நன்கு நடந்து கொண்டது. தலைமை ஸ்தானத்திற்குரிய கடமைகளையெல்லாம் அது ஒரேயடியாக மேற்கொண்டுவிட்டது. விரைவிலே சிந்தித்து முடிவுக்கு வருவதிலும், விரைவிலே காரியம் செய்வதிலும் சரியான தீர்மானம் செய்வதிலும் ஸ்பிட்ஸைவிட அது மேம்பட்டு நின்றது.

ஒழுங்குமுறைகளை உண்டாக்குவதிலும், அவற்றைத் தவறாமல் பின்பற்றி மற்ற நாய்கள் நடக்குமாறு செய்வதிலும் பக் தன் திறமையை காட்டிற்று. தலைமைப்பதவியில் ஏற்பட்ட மாறுதலை டேவும் சோலெக்ஸும் பொருட்படுத்தவில்லை. அந்தக் கவலை அவற்றிற்கு இல்லை. வண்டியிழுப்பதில் உற்சாகமாக இருப்பதுதான் அவற்றின் வேலை. அதிலே இடையூறு ஏற்படாமலிருக்கும் வரையில் அவை மற்ற நிகழ்ச்சிகளைப்பற்றிக் கவலைகொள்ளவில்லை. ஸ்பிட்ஸின் இறுதிநாட்களில் மற்ற நாய்கள் கட்டுப்பாட்டை மீறிக்கொண்டிருந்தன; அவற்றையெல்லாம் சரியானபடி பக் தண்டித்து ஒழுங்குக்குக் கொண்டுவருவதைக் கண்டு டேவும் சோலெக்ஸும் மிகவும் ஆச்சரியப்பட்டன.

பக்குக்குப் பின்னால் பைக் பூட்டப்பட்டிருந்தது. அது தன் பலம் முழுவதையும் உபயோகித்து இழுக்காது; மேம்போக்காகவே வேலை செய்யும். இதற்கு இப்பொழுது நல்ல தண்டனை

கிடைத்தது. அதனால் முதல் நாள் முடிவதற்குள் அது தோள் கொடுத்து நன்றாக இழுக்கலாயிற்று. ஜோவைத் தண்டிக்க ஸ்பிட்ஸால் முடியவே இல்லை. ஆனால் முதல்நாள் இரவு முகாமிட்டபோதே பக் அதைச் சரியானபடி தண்டித்துவிட்டது. பக் தன் முழுப்பலத்தையும் கொண்டு தாக்கவே ஜோ பணிந்து இணங்கத் தொடங்கிவிட்டது.

நாய்களுக்குள்ளே இப்பொழுது ஒழுங்கும் கட்டுப்பாடும் ஏற்பட்டுவிட்டன. எல்லா நாய்களும் சேர்ந்து பழையபடி ஒருமனத்தோடு வேலை செய்தன.

வழியிலேயே ஓரிடத்தில் டீக், கூனா என்ற பெயருடைய இரண்டு எஸ்கிமோ நாய்களையும் புதிதாக வாங்கிச் சேர்த்தார்கள். அந்த நாய்களைப் பக் வெகு சீக்கிரத்தில் பழக்கியதைக் கண்டு பிரான்சுவா ஸ்தம்பித்துப் போனான்.

"பக்கைப்போல் நாயே கிடையாது; கிடையவே கிடையாது. அதற்கு ஆயிரம் டாலர் கொடுக்கலாம். பெரோல்ட், நீ என்ன சொல்லுகிறாய்?" என்று அவன் உற்சாகமாகக் கூவினான்.

அவன் கருத்தைப் பெரோல்ட் ஆமோதித்தான். எதிர்பார்த்ததை விடப் பிரயாணம் வேகமாக நடந்தது. ஒவ்வொரு நாளும் வேகம் அதிகப்பட்டது. பாதையும் நன்றாக இறுகி இருந்தது. புதிதாகப் பனி விழாததால் ஒரு தொந்தரவும் இல்லை. குளிரும் மிகக் கடுமையாக இருக்கவில்லை. வெப்பநிலை பூஜ்யத்திற்குக் கீழே ஐம்பது டிகிரியில் மாறாமல் இருந்தது. பிரான்சுவாவும், பெரோல்ட்டும் வண்டியை ஓட்டுவதும், வண்டிக்கு முன்னால் ஓடுவதுமாக மாறி மாறி வேலை செய்தார்கள். அடிக்கடி நிற்காமல் வண்டி ஓடிக்கொண்டிருந்தது.

முப்பதுமைல் ஆறு என்ற ஆற்றிற்கு வந்து சேர்ந்தார்கள். அதன்மேல் பனிக்கட்டி நன்கு படிந்திருந்தது. அதனால் ஒரே நாளில் அதைக் கடந்து விட்டார்கள். வரும்போது அதைக் கடப்பதற்குப் பத்து நாட்கள் பிடித்தன. ல பார்ஜ் ஏரியிலிருந்து ஒரேயடியாக அறுபது மைல் செல்ல முடிந்தது. பல ஏரிகளின் வழியாக அவர்கள் மிக வேகமாகச் சென்றதால் வண்டிக்கு முன்னால் ஓடுகின்ற முறை யாருக்கு வந்தாலும் அவனுடைய சிரமம் அதிகரித்தது. அதனால் அவன் வண்டியின் பின்னால் தன்னைக் கயிற்றால் பிணைத்துக் கொண்டு நாய்களே தன்னையும் இழுத்துச் செல்லுமாறு செய்து கொண்டான். இரண்டாம் வாரத்தின் கடைசி நாள் இரவிலே அவர்கள் கடற்கரைப்பட்டினமான ஸ்காக்வே* வந்து சேர்ந்தார்கள்.

---

* யூக்கான் பிரதேசத்தின் ஒரு நகரம். கிளாண்டைக் தங்க வேட்டைக் காலத்தில் மிகுந்த முக்கியத்துவம் பெற்றிருந்தது.

இதுவரையிலும் யாரும் அவ்வளவு வேகமாக வந்ததில்லை. நாளொன்றுக்குச் சராசரி நாற்பது மைல் வீதம் அவர்கள் பதினான்கு நாட்கள் பிரயாணம் செய்திருக்கிறார்கள். பெரோல்ட்டும் பிரான்சுவாவும் ஸ்காக்வேயின் முக்கிய வீதிகளில் மூன்று நாட்கள் வரை தலைநிமிர்ந்து பெருமையோடு உலாவினார்கள். பல பேர் அவர்களை விருந்துக்கு அழைத்தார்கள். அவர்களுடைய நாய்களைச் சுற்றி எப்பொழுதும் ஒரு கூட்டம் நின்று அவற்றைப் புகழ்ந்தது.

இந்த நிலையிலே அரசாங்கத்திலிருந்து புதிய உத்தரவுகள் வந்தன. பிரான்சுவாவும் பெரோல்ட்டும் அந்த வேலையிலிருந்து மாற்றப்பட்டார்கள். பிரிவதற்கு முன்பு பிரான்சுவா பக்கைத் தன்னருகே அழைத்தான். அதைக் கைகளால் அணைத்துக்கொண்டு கண்ணீர் வடித்தான். அதன் பிறகு பிரான்சுவாவையும் பெரோல்ட் டையும் பக் பார்க்கவில்லை. மற்ற மனிதர் தொடர்பைப் போலவே அவர்களுடைய தொடர்பும் அதனுடைய வாழ்க்கையிலிருந்து நீங்கிவிட்டது.

ஸ்காச்சு மக்கள் இனத்தைச் சேர்ந்த ஒருவன் இப்பொழுது பொறுப்பேற்றான். பத்துப் பன்னிரண்டு சறுக்குவண்டிகள் டாஸனுக்குப் புறப்பட்டன. அவற்றோடு இந்த வண்டியும் சேர்ந்து கொண்டது.

இந்தத் தடவை பிரயாணம் அவ்வளவு எளிதல்ல. வேகமாகவும் போக முடியாது. வண்டியில் பாரம் அதிகம். தபால்மூட்டைகள் மிகுதியாக இருந்தன. வடதுருவத்தின் அருகிலே தங்கம் தேடிக் கொண்டிருக்கிறவர்களுக்கு உலகத்தின் எல்லாப் பகுதிகளிலிருந்தும் கடிதங்களைக் கொண்டுசெல்ல வேண்டும். அதனால் ஒவ்வொரு நாளும் சிரமப்பட்டு உழைக்க வேண்டியிருந்தது.

பக்குக்கு அந்த வேலையில் ஈடுபாடு கிடையாது. இருந்தாலும் டேவையும் சோலெக்ஸையும் போல் வண்டியை வேகமாக இழுப்பதிலே அது ஒரு தனிப்பெருமை அடைந்தது. மற்ற நாய்களும் தங்கள் பணிகளை ஒழுங்காகச் செய்யுமாறு அது கவனித்துக் கொண்டது. ஒரே மாதிரியான வேலையை எந்திரம்போல் செய்ய வேண்டும். ஒருநாள் போலவே எல்லா நாட்களும் சரியாக இருக்கும். அதிகாலையிலேயே குறிப்பிட்ட நேரத்தில் சமையல் காரர்கள் தீ மூட்டுவார்கள்; காலைஉணவு நடக்கும். பிறகு சிலர் கூடாரங்களைக் களைவார்கள்; சிலர் நாய்களுக்குச் சேண மிடுவார்கள். பொழுது நன்கு விடியுமுன்பே பிரயாணம் தொடங்கி விடும். இரவிலே மீண்டும் முகாம்போட வேண்டும். சிலர் முளையடிப்பார்கள். சிலர் விறகு வெட்டுவார்கள். சிலர் படுக்கைக்காகப் பைன் மரத்தின் சிறுகிளைகளை வெட்டி வருவார்கள். மற்றும் சிலர் சமையலுக்கு வேண்டிய தண்ணீர்

கொண்டுவருவார்கள். தண்ணீர் உறைந்துகிடந்தால் பனிக்கட்டிகளை எடுத்து வருவார்கள். நாய்களுக்கு உணவு கொடுப்பார்கள். இது ஒன்றுதான் அவற்றிற்குக் கொஞ்சம் இன்பமளிக்கும் நிகழ்ச்சியாகும். மீனைத் தின்ற பிறகு சுமார் ஒரு மணி நேரத்திற்கு நாய்களெல்லாம் சேர்ந்து சுற்றித்திரியும். அந்தப் பிரயாணக் கூட்டத்திலே நூற்றுக்கும் மேற்பட்ட நாய்களிருந்தன. அவற்றில் சில சண்டைக்குப் பேர் போனவை. ஆனால் மூன்று வெவ்வேறு சண்டைகளிலே பக் எல்லா முரட்டு நாய்களையும் அடக்கிவிட்டது. அதனால் அது பல்லைக் காட்டி உரோமத்தைச் சிலிர்க்கும்போது மற்ற நாய்கள் பணிந்து ஓடலாயின.

தீயின் அருகிலே முன்னங்கால்களை நீட்டிக்கொண்டு படுத்துக் கொள்வதில் பக்குக்கு மிகுந்த விருப்பம். தலையை நிமிர்த்திக்கொண்டு அது படுத்திருக்கும். தீக்கொழுந்துகளைப் பார்த்தவாறே ஏதாவது நினைத்துக்கொண்டிருக்கும். கதிரவனின் ஒளி கொஞ்சும் சான்டாகிளாராவில் உள்ள நீதிபதி மில்லரின் பெரிய மாளிகையைப் பற்றிச் சிலவேளைகளில் அது நினைக்கும்.

சிமெண்டால் கட்டிய நீச்சல் குளமும் மெக்சிக்கோ நாட்டு நாயான இசபெலும், ஜப்பான் நாட்டு டூட்ஸும் அதன் நினைவுக்கு வரும். ஆனால் சிவப்பு மேலங்கிக்காரனைத்தான் அது அடிக்கடி நினைத்துக்கொள்ளும். கர்லி இறந்த சம்பவமும், ஸ்பிட்ஸுடன் நடந்த பெரும் போரும் மனத்திலே தோன்றும். முன்பு உண்ட சுவையான உணவுகளின் நினைப்பும் உண்ண வேண்டுமென்று தனக்கு விருப்பமாகவுள்ள உணவுகளின் நினைப்பும் மேலெழும். மில்லரின் மாளிகைக்குத் திரும்பிப்போக அதற்கு ஆசையில்லை. வெப்பமான தென்பிரதேசம் எங்கோ இருக்கிறது. அதைப் பற்றிய ஞாபகம் அதைக் கவரவில்லை. பாரம்பரியமாக வந்த மிகப் பழமை நினைவுகள்தான் மிகுந்த சக்தியோடெழுந்தன. வாழ்க்கையிலே கண்டறியாத விஷயங்களையும் இந்தப் பழைய நினைவுகள் அதற்குப் பழக்கமானவைபோல் ஆக்கிவிட்டன. அதன் முன்னோர்களின் வாழ்க்கை அனுபவங்களும், பழக்கங்களும், நினைவுகளும் அதன் இயல்பூக்கங்களாக அமைந்திருந்தனவல்லவா? மனத்திலே மறைந்திருந்த அவையெல்லாம் புத்துயிர் பெற்று மேலெழுந்தன.

சில வேளைகளில் சுடர்விட்டு எரியும் தீக்கு முன்னால் படுத்துக்கொண்டு ஏதோ கனவுலகத்தில் இருப்பதுபோலத் தோன்றும் அந்தச் சமயத்தில் அந்தத் தீக்கொழுந்துகள் ஏதோ பழைய காலத்தில் மூட்டிய தீயிலிருந்து எழுவதுபோல் அதற்குத் தோன்றும்; முன்னால் அமர்ந்திருக்கும் சமையல்காரனும் வேறொரு மனிதனாக அதன் கண்களில் காட்சியளிப்பான். அந்த மனிதனுடைய கால்கள் குட்டையாயிருந்தன. கைகள் நீண்டிருந்தன. தசைநார்கள் ஒழுங்காயிராமல் முடிச்சு முடிச்சாக இருந்தன. அந்த

மனிதனின் தலைமயிர் நீளமாகவும் சடை விழுந்தும் இருந்தது. மேலே போகப் போக நெற்றி பின்னால் சாய்ந்திருந்தது. அவன் விநோதமாகப் பல குரல்களை எழுப்பினான். இருட்டைக் கண்டு அவன் மிகவும் பயமடைந்தான். ஒரு கழியின் நுனியிலே பெரிய கல்லைக் கட்டி அதைக் கையில் வைத்துக்கொண்டு அவன் இருட்டுக்குள்ளே உற்றுப் பார்த்துக் கொண்டிருந்தான். அவன் அநேகமாக நிருவாணமாகவே இருந்தான். தீயால் பல இடங்களில் பொசுக்கப்பட்ட ஒரு கந்தையான தோல் அவன் முதுகிலே ஒரு பகுதியை மறைத்துக் கொண்டிருந்தது. அவன் உடம்பிலே உரோமம் செறிந்திருந்தது. நெஞ்சின் மீதும், தோள்களின் மீதும், கைகளின் வெளிப்பகுதிகளிலும், துடைகளின் பின்புறத்திலும் உரோமம் நீண்டுவளர்ந்து சடையாக இருந்தது. அவனால் நேராக நிமிர்ந்து நிற்க முடியவில்லை. இடுப்புக்கு மேல் உடம்பு முன்னால் சாய்ந் திருந்தது. முழங்கால்களுக்குப் பக்கத்தில் கால்கள் வளைந்திருந்தன. பூனைபோல எளிதில் தாவும் சக்தி அவனிடத்திலே இருந்தது. கண்ணுக்குத் தோன்றும் பொருள்களிடத்திலும் தோன்றாத பொருள்களிடத்திலும் எப்பொழுதும் அச்சம் கொண் டிருப்பவனைப்போல அவனிடத்திலே எச்சரிக்கையும் துடிப்பும் காணப்பட்டன.

வேறு சில சமயங்களில் அந்தச் சடை மனிதன் தீக்கு முன்னால் அமர்ந்து தனது தலையைக் கால்களுக்கிடையிலே வைத்துக் கொண்டு உறங்கினான். அந்தச் சமயங்களிலெல்லாம் மழைநீரைக் கைகளின் வழியாகக் கீழே வழியச் செய்கின்றவன்போல அவன் தனது முழங்கைகளை முழங்கால்களின்மீது ஊன்றிக் கைகளைத் தலைக்கு மேல் கோத்துக்கொண்டிருப்பான். கொழுந்துவிட்டு எரியும் நெருப்புக்கு அப்பால் சூழ்ந்திருக்கும் இருளிலே ஜோடிஜோடியாகச் சுடர்விடும் கண்களோடு பெரிய கொடிய விலங்குகள் இரையை நாடிக் காத்திருப்பதையும் பக் பார்த்தது. புதர்களுக்கிடையே அவைகள் பாய்வதால் சடசடவென்று ஏற்படும் சப்தமும், அவை இரவில் எழுப்பும் ஓசைகளும் பக்கின் காதுகளில் ஒலித்தன. யூக்கான் ஆற்றின் கரையிலே தீக்கு முன்னால் படுத்துக்கொண்டு தீயைப்பார்த்து மெதுவாகக் கண்களைச் சிமிட்டியவாறே இவ்வாறு கனவு காணும் வேளையில் தோன்றிய தொல் உலகக் காட்சிகளும், ஒலிகளும் சேர்ந்து பக்கின் உடம்பிலுள்ள உரோமத்தைச் சிலிர்க்க வைக்கும். பக் மெதுவாக சிணுங்கும், அல்லது உறுமும். அதைக் கேட்டுச் சமையற்காரன், "டேய், பக், தூங்காதே எழுந்திரு" என்று கத்துவான். உடனே அந்தப் பழைய உலகம் மறைந்துவிடும்; உண்மையாக அன்றுள்ள உலகம் கண் முன்பு தோன்றும். பக் எழுந்துநின்று கொட்டாவி விடும். தூங்கி எழுந்ததுபோல உடம்பை நெளித்து மூளி முறிக்கும்.

தபால்மூட்டைகளை எடுத்துச் செல்லும் அந்தப் பிரயாணம் மிகச் சிரமமானதாய் இருந்தது. நாய்களெல்லாம் அலுத்துப் போயின. டாஸன் சேர்ந்தபோது அவை இளைத்து மோசமான நிலையில் இருந்தன. பத்து நாள் அல்லது ஒரு வார ஓய்வாவது அவற்றிற்கு அவசியம் வேண்டும். ஆனால், வெளியூர்களுக்குச் செல்லும் கடித மூட்டைகளைச் சுமந்துகொண்டு இரண்டே நாட்களில் அவை திரும்பிப் புறப்பட வேண்டியதாயிற்று. நாய்கள் களைத்திருந்தன. வண்டியைச் செலுத்துபவர்களும் முணுமுணுத்துக் கொண்டிருந்தார்கள். நிலைமையை இன்னும் மோசமாக்குவதற்குத் தினமும் உறைபனி விழலாயிற்று. அதனால் பாதை கெட்டுவிட்டது. வண்டிக்கு முன்னால் ஓடுபவர்களுக்கு வேலை அதிகமாயிற்று. நாய்களும் அதிக சிரமப்பட்டு வண்டியை இழுக்க வேண்டும். இருந்தாலும் வண்டி ஓட்டுபவர்கள் நாய்களுக்குக் கூடுமானவரை உதவி செய்தார்கள்.

ஒவ்வோர் இரவிலும் முதலில் நாய்களைத்தான் கவனித்தார்கள். அவற்றிற்கு முதலில் உணவு கொடுத்தார்கள். நாய்களின் பாதங்களை ஆராய்ந்து சிகிச்சை செய்யாமல் யாரும் உறங்கச் செல்லவில்லை. இவ்வாறு செய்தும் நாய்கள் சக்தி இழந்துகொண்டே வந்தன. பனிக்காலத் தொடக்கத்திலிருந்து அவை ஆயிரத்து எண்ணூறு மைல்கள் வண்டியை இழுத்துக்கொண்டு பிரயாணம் செய்திருக்கின்றன. உரம் மிகுந்த நாய்களும் ஆயிரத்தெண்ணூறு மைல்கள் பிரயாணம் செய்தால் சோர்ந்துபோகும். பக் ஒருவாறு சமாளித்து வந்தது; மற்ற நாய்கள் ஒழுங்கு தவறாமல் வேலை செய்வதையும் கவனித்துக் கொண்டது; இருந்தாலும் அதுவும் களைத்துப்போய்விட்டது. ஒவ்வோர் இரவிலும் தூங்கும்போது பில்லி தவறாமல் கத்திக்கொண்டும் சிணுங்கிக் கொண்டும் இருந்தது. ஜோ முன்னைவிட அதிகமாகச் சிடுசிடுப்பு கொண்டது. சோலெக்ஸை மற்ற நாய்கள் அணுகவே முடியவில்லை.

ஆனால், டேவ்தான் மற்ற நாய்களைவிட அதிகம் வருந்திற்று. ஏதோ ஒரு கோளாறு அதற்கு ஏற்பட்டுவிட்டது. எரிந்து விழுகின்ற அதன் தன்மையும் சிடுசிடுப்பும் அதிகமாயின. முகாமிடத் தொடங்கியதும் அது வளை தோண்டிப் படுத்துவிடும். அந்த வளைக்குச் சென்றுதான் அதற்கு உணவு கொடுக்கவேண்டும். சேணத்தைக் கழற்றியவுடன் அது படுத்துக்கொள்ளும். அடுத்த நாள் காலையில் மீண்டும் சேணம்போடும் வரையில் எழுந்திராது. சில சமயங்களில் வண்டி திடீரென்று நிற்கின்றபோதும், நின்ற வண்டியைப் பலமாக அசைத்து இழுக்கத் தொடங்குகின்ற போதும் அது வலி தாங்காமல் அலறும். டேவைப் பரிசோதித்துப் பார்த்ததில் எந்தவிதமான கோளாறும் தென்படவில்லை. சறுக்கு வண்டிகளை ஓட்டுபவர்களெல்லாம் அதன்மேல் கவனம்

செலுத்தினார்கள். உணவு வேளைகளில் படுத்துறங்கப் போகுமுன் ஓய்வாகக் கூடியிருக்கும்போது அதைப்பற்றிப் பேசிக்கொண்டார்கள். ஒருநாள் இரவு அனைவருங் கூடி ஆலோசித்தார்கள்; டேவை அதன் வளையிலிருந்து பிடித்து வந்து தீ வெளிச்சத்திலே நன்றாகப் பரிசோதித்தார்கள். உடம்பையெல்லாம் அழுத்தியும், குத்தியும் பார்த்தார்கள். அது பல தடவை கத்திற்று. உடம்புக்குள்ளே ஏதோ கோளாறு ஏற்பட்டிருக்கிறது. ஆனால், அது இன்னதென்று கண்டுபிடிக்க முடியவில்லை. எலும்பொன்றும் முறிந்திருக்கவில்லை.

கான்ஸியர் பார் என்ற இடத்தை அடைவதற்குள் அது மிகவும் பலவீனமடைந்து வண்டியிற் பூட்டியிருக்கும்போதே பல தடவை கீழே விழுந்துவிட்டது. தபால்வண்டிப் பொறுப்பை ஏற்ற ஸ்காச்சு இனத்தான் வண்டியை நிறுத்தி டேவை அவிழ்த்துவிட்டு அதன் ஸ்தானத்தில் சோலெக்ஸைப் பூட்டினான். வண்டிக்குப் பின்னால் டேவ் பாரமின்றிச் சும்மா வரவேண்டும் என்பது அவன் கருத்து. நோயினால் துன்பப்பட்டுக் கொண்டிருந்தாலும் டேவ் இதை விரும்ப வில்லை. வண்டியிலிருந்து அவிழ்க்கும்போதே அது உறுமிக் கொண்டும் சீறிக்கொண்டுமிருந்து, சோலெக்ஸை அதனுடைய இடத்தில் பூட்டியதைக் கண்டதும் மனதுடைந்து அது சிணுங்கியது. தீராத நோய்வாய்ப்பட்டிருப்பினும் அதனுடைய ஸ்தானத்தில் மற்றொரு நாய் வேலை செய்வதை அதனால் தாங்கமுடியவில்லை; வண்டி யிழுப்பதிலே அதற்கு அத்தனை உற்சாகமும் பெருமையுமிருந்தன.

வண்டி புறப்பட்டதும் அது பக்கவாட்டிலே ஓடி சோலெக்ஸின் மீது பாய்ந்து கடிக்கலாயிற்று. சோலெக்ஸை மறுபக்கத்திலே தள்ளிவிட்டுத் தனக்குரிய இடத்திலே திராஸ் வார்களுக்கிடையிலே புகுந்துகொள்ள வேண்டும் என்பது அதனுடைய நோக்கம். இந்த நோக்கத்தை நிறைவேற்ற முயற்சி செய்து கொண்டிருக்கும் பொழுதே அது நோய் தாங்காமல் குரைத்துக் கொண்டும் சிணுங்கிக்கொண்டுமிருந்தது. ஸ்காச்சு இனத்தான் அதைத் தன் சாட்டையால் அடித்து விரட்ட முயன்றான். அது சாட்டையடியைப் பொருட்படுத்தவேயில்லை. அதைப் பலமாகத் தாக்க அவனுக்கும் மனம் வரவில்லை. வண்டியின் பின்னால் பாதையிலே செல்வது எளிது: ஆனால் டேவ் அப்படிச் செல்ல மறுத்தது. பாதையின் பக்கங்களிலே ஒழுங்கில்லாமல் கிடந்த பனிக்கட்டிகளின்மீது ஓடிக் கொண்டே அது தனது ஸ்தானத்தைக் கைப்பற்ற முயன்றது. அதனால் அது மிகவும் களைப்படைந்து துயரத்தோடு ஊளை யிட்டுக் கொண்டு கீழே சாய்ந்துவிட்டது. சறுக்கு வண்டிகளெல்லாம் அதைக் கடந்து சென்றுவிட்டன.

அதன் உடம்பிலே எஞ்சியிருக்கும் ஒருசிறிது பலத்தையும் பயன்படுத்தி டேவ் தடுமாறித் தடுமாறி எழுந்து ஓடியது. வண்டிகள்

 நற்றிணை பதிப்பகம் ○ 55

மீண்டும் ஓரிடத்திலே தங்கியபோது அது அங்கே வந்து சேர்ந்து விட்டது. உடனே அது சோலெக்ஸ் இருந்த இடத்தில் போய் அதனருகில் நின்றது. சற்று நேரத்திற்குப்பின் பயணத்தைத் தொடங்குவதற்காக நாய்களை அதட்டினார்கள். நாய்கள் முன்னால் சுலபமாகத் தாவின. ஆனால் வண்டி நகரவில்லை. எல்லோருக்கும் ஒரே ஆச்சரியம். சோலெக்ஸின் பக்கத்திலேயுள்ள இரண்டு திராஸ் வார்களையும் டேவ் கடித்தெறிந்துவிட்டு அதற்குரிய ஸ்தானத்தில் போய் நின்றுகொண்டிருந்தது.

தனக்குரிய இடத்திலிருந்து வேலை செய்ய அனுமதிக்க வேண்டும் என்று கெஞ்சிக்கேட்பதுபோல அது தோன்றியது. அதன் கண்களிலே கெஞ்சும் பார்வை இருந்தது. வண்டி யோட்டுபவனுக்கு என்ன செய்வதென்று தெரியவில்லை. உயிரை வாங்குகின்ற வேலையாக இருந்தாலும் அந்த வேலையைக் கொடுக்க மறுத்தால் நாய்கள் எவ்வாறு மனமுடைந்து போகின்றன என்பதைப் பற்றி அவனுடைய தோழர்கள் பேசலானார்கள். வயது முதிர்ந்து தளர்ச்சியுற்ற பல நாய்களும், ஊனமடைந்த பல நாய்களும் தம்மை வண்டியில் பூட்டுவதை நிறுத்தியவுடன் மனமுடைந்து இறந்துபோன சம்பவங்களைப் பற்றியெல்லாம் அவர்கள் எடுத்துக் கூறினார்கள். டேவ் எப்படியும் சாகப்போகிறது, அது நிம்மதியாகச் சாக வேண்டுமானால் அதை வண்டியில் பூட்டுவதே நல்லதென்று அவர்கள் எண்ணினார்கள். அதனால் அதற்கு மறுபடியும் சேணம் போட்டார்கள். உள்ளேயிருந்த கோளாறால் டேவ் பலமுறை தன்னையறியாமல் அலறினாலும் அது பொறுமை யோடு வண்டியை இழுத்துக்கொண்டு சென்றது. அடிக்கடி அது கீழே விழுந்தது; வண்டியோடு அதையும் சேர்த்து இழுத்துக்கொண்டு மற்ற நாய்கள் சென்றன.

ஒரு தடவை வண்டி அதன் மேலேயே ஏறிவிட்டது. அதனால் அதன் பின்னங்கால் ஒன்றில் அடிபட்டது. டேவ் நொண்டி நொண்டிச் செல்லலாயிற்று.

அடுத்த முகாம் வரையில் அது எப்படியோ சமாளித்துவிட்டது. வண்டி ஓட்டுபவன் அதைத் தீயின் அருகிலேயே படுக்க வைத்தான். அடுத்த நாள் காலையில் அது மிகவும் சோர்ந்துவிட்டது. அதனால் இனிப் பிரயாணம் செய்யமுடியாது. இருந்தாலும் சேணம்போடுகிற சமயத்தில் அது வண்டியோட்டுகிறவனிடம் ஊர்ந்துகொண்டே சென்றது. நடுங்கிக்கொண்டே அது எழுந்து நிற்க முயன்றது; ஆனால் தட்டுத் தடுமாறி விழுந்தது; பிறகு தவழ்ந்துகொண்டே மற்ற நாய்களிடம் செல்லலாயிற்று. முன்னங்கால்களை அது கொஞ்சம் முன்னால் நகர்த்தும்; பிறகு உடம்பை அசைத்து முன்னால் இழுக்கும்; இப்படியே அங்குலம் அங்குலமாக நகர்ந்தது.

ஆனால், அதன் சக்தியெல்லாம் போய்விட்டது. அது மூச்சுத்திணறி பனியிலே விழுந்து கிடந்தது. மற்ற நாய்கள் வண்டியை இழுத்துக் கொண்டு புறப்பட்டன. அவற்றை ஆவலோடு பார்த்துக்கொண்டு டேவ் செயலற்றுக் கிடந்தது. வெகுதூரம் வரையில் அதன் துன்பக் குரல் கேட்டது. ஆற்றுவெளியிலே இருந்த மரக் கூட்டத்திற்குப் பின்னால் வண்டி மறையலாயிற்று.

அங்கே வண்டியை நிறுத்தினார்கள். ஸ்காச்சு இனத்தான் முகாம் போட்டிருந்த இடத்தை நோக்கித் திரும்பிப்போனான். மற்ற மனிதர்கள் நாவொடுங்கியிருந்தார்கள். சுழல் துப்பாக்கியின் வேட்டுச் சத்தம் கேட்டது. ஸ்காச்சு திரும்பி வேகமாக வந்து சேர்ந்தான். சாட்டைகள் ஒலித்தன; மணிகள் ஓசையிட்டன; வண்டிகள் பனிப்பாறையிலே நறநறவென்று சப்தமிட்டு முன்னேறின. மரக்கூட்டத்திற்குப் பின்னால் என்ன நடந்ததென்பது ஒவ்வொரு நாய்க்கும் தெரியும். பக்குக்கும் தெரியும்.

5

வாரும் வழியும்

டாஸனை விட்டுப் புறப்பட்ட முப்பது நாட்களில் தபால் ஸ்காக்வே வந்து சேர்ந்தது. பக்கும் மற்ற நாய்களும் அலுத்துச் சோர்ந்து விட்டன. பக்கின் நூற்று நாற்பது இராத்தல் எடை நூற்றுப் பதினைந்தாக குறைந்து போயிற்று. எடை குறைவாயிருந்த மற்ற நாய்கள் மிகமோசமாக இளைத்து விட்டன. வஞ்சக நெஞ் சுள்ள பக் பல தடவைகளில் தன் காலில் காயம் ஏற்பட்டு விட்டதுபோல் பாசாங்கு செய்து ஏமாற்றும்; இப்பொழுது அது உண்மையாகவே நொண்டிக்கொண்டிருந்தது. சோலெக்ஸும் நொண்டியது. தோள்பட்டைத் திருகிப்போனதால் டப் துன்பப் பட்டது.

எல்லா நாய்களுக்கும் பாதத்தில் ஒரே வலி எட்டித்தாவவோ திரும்பிக் குதிக்கவோ அவற்றால் முடியவில்லை. பாதத்தை மெதுவாக எடுத்து வைக்கவும் முடியவில்லை. அதனால் பிரயாணம் செய்வது பெருந்துன்பமாக இருந்தது. மிகவும் அலுத்துப்போனதே இந்த நிலைமைக்குக் காரணம். கொஞ்ச நேரத்தில் அவசரம் அவசரமாக அதிக வேலை செய்வதால் வரும் அலுப்பாயிருந்தால், அது ஒரு சில மணி நேரத்தில் தீர்ந்துவிடும். ஆனால் இதுவோ மாதக்கணக்காக உழைப்பதால் சிறுகச் சிறுகப் பலமெல்லாம் குறைந்துபோய் ஏற்படும் பெரிய அலுப்பு. இந்த அலுப்பு நீங்குவதற்கு உடம்பிலே தெம்பில்லை; சக்தியுமில்லை.

சக்தியெல்லாம் உழைப்பிலே பயன்பட்டுவிட்டது. ஒவ்வொரு தசைநாரும், ஒவ்வோர் இழையும், ஒவ்வோர் உயிரணுவும் களைத்துப்போயிற்று. அதற்குக் காரணம் உண்டு. பிரயாணம் தொடங்கி ஐந்து மாதங்களுக்குள் அவை இரண்டாயிரத்தைந்நூறு மைல்கள் சென்றிருக்கின்றன. கடைசி ஆயிரத்தெண்ணூறு மைல்கள் பிரயாணம் செய்யுங்காலத்தில் அவற்றிற்கு ஐந்து நாட்களே ஓய்வு கிடைத்தது. ஸ்காக்வேயை அடையும்போது அவற்றின் கால்கள் முற்றிலும் ஓய்ந்துபோயின. திராஸ் வார்களைத் தளரவிடாமல் நாய்களால் வண்டியை இழுக்க முடியவில்லை. பாதை சரிவாக இருக்கும்போது வண்டி தானாக வேகமாக முன் னால் நகரும்; அந்தச் சமயத்தில் வண்டிக்குள் அகப்பட்டுக் கொள் ளாமல் முன்னால் ஓடுவதே அவற்றிற்குச் சிரமமாக இருந்தது.

ஸ்காக்வேயின் முக்கியமான வீதியின் வழியாகப் போய்க் கொண்டிருந்தபோது வண்டியோட்டி, "போங்கள், போங்கள் இனி உங்களுக்கு ரொம்ப நாள் ஓய்வு கிடைக்கும்" என்று அவற்றை உற்சாகப்படுத்தினான்.

நீண்ட ஓய்வு கிடைக்குமென்றுதான் வண்டியோட்டிகள் நம்பிக்கையோடு எதிர்பார்த்தார்கள். அவர்கள் ஆயிரத்திருநூறு மைல்கள் பிரயாணம் செய்திருக்கிறார்கள்; இடையில் இரண்டே நாட்கள் ஓய்வு கிடைத்தது. அதனால் அவர்கள் உல்லாசமாக, சுற்றித்திரிந்து அலுப்பைப் போக்கிக்கொள்ளப் பல நாட்கள் ஓய்வு எடுக்க வேண்டியது நியாயமாகும். ஆனால், எத்தனையோ பேர் கிளாண்டைக் பிரதேசத்துக்குத் தங்கந்தேடி ஓடியிருக்கிறார்கள். அவர்களுடைய காதலிகளும், மனைவிகளும், உற்றார் உறவினரும் அவர்களோடு வரவில்லை. கூட வராதவர்களிடமிருந்து கடிதங்கள் வந்து மலையாகக் குவிந்துகொண்டிருக்கின்றன. அரசாங்க உத்தரவுகளும் பிறந்தன. சோர்ந்துபோன நாய்களை நீக்கிவிட்டுப் புதிய ஹட்ஸன்குடா நாய்களைக்கொண்டு வண்டிகள் விரைவில் புறப்பட வேண்டும். பயனற்ற நாய்களை விற்றுவிடலாம். தபால் வருமானத்திற்கு முன்னால் நாய்கள் ஒரு பொருட்டல்ல.

மூன்று நாட்கள் கழிந்தன. பக்கும் மற்ற நாய்களும் களைப்புடனும் பலவீனத்துடனுமிருந்தன. நான்காம் நாள் காலையில் அமெரிக்க ஐக்கிய நாடுகளிலிருந்து வந்த இருவர் அவற்றைச் சேணம் முதலியவற்றோடு சேர்த்து மிகக் குறைந்த விலைக்கு வாங்கிக்கொண்டார்கள். அவர்களில் ஒருவன் பெயர் ஹால்; மற்றவன் சார்லஸ். சார்லஸ் நடுத்தர வயதுடையவன். அவனுடைய மங்கிய கண்களில் எப்போதும் கண்ணீர் ஒழுகுவதுபோலத் தோன்றும். அவன் மீசைகளை முறுக்கிவிட்டுக் கொண்டிருந்தான். ஹால் இளைஞன்; அவனுக்குப் பத்தொன்பது இருபது வயதுதானிருக்கும். பெரிய சுழல்துப்பாக்கி ஒன்றையும் வேட்டைக் கத்தி ஒன்றையும் அவன் தன் இடுப்புக்கச்சையில் செருகியிருந்தான். தோட்டாக்கள் கச்சையில் வரிசையாக இருந்தன. அந்தக் கச்சை ஒன்றுதான் அவனிடத்திலே விசேஷமான அம்சம். அவன் அனுபவம் சிறிதுமில்லாதவன் என்பதை அது நன்கு விளம்பரப்படுத்தியது. அவர்கள் இருவரும் தாங்கள் மேற் கொண்டிருக்கும் காரியத்திற்குச் சற்றும் தகுதியற்றவர்கள். அவர்களைப் போன்றவர் ஏன் வடக்குப் பனிப்பிரதேசத்திற்குத் துணிந்து புறப்படுகிறார்கள் என்பது அறிய முடியாத மர்மமாயிருக்கிறது.

அவர்கள் பேரம் பண்ணுவதையும், அரசாங்க அதிகாரியிடம் பணம் கொடுப்பதையும் பக் கவனித்தது. பெரோல்ட், பிரான்சுவா போலவும், அவர்களுக்கு முன்னால் வேறு சிலர் மறைந்தது போலவும், இப்போது தபால்வண்டியோட்டிகளும், ஸ்காச்சு இனத்தவனும் தன் வாழ்க்கையிலிருந்து மறையப்போகிறார்கள் என்பதை அது உணர்ந்தது. பக்கையும் அதன் துணைநாய்களையும் அந்தப் புதுமனிதர்கள் தங்கள் முகாமிற்கு அழைத்துச்சென்றனர். அங்கே கூடாரம் தாறுமாறாகக் கிடந்தது. தட்டுகள் கழுவப்படாமல் இருந்தன. எதிலும் ஒழுங்கை அங்கே காண முடியவில்லை. அங்கே ஒரு மங்கை இருந்தாள். மெர்ஸிடிஸ் என்று அவளை அழைத்தார்கள். அவள் சார்லஸின் மனைவி. ஹாலின் சகோதரி. ஒரு சிறிய குடும்பமாக அவர்கள் புறப்பட்டிருக்கிறார்கள்.

கூடாரத்தை எடுத்துச் சுருட்டி அவர்கள் வண்டியின்மேல் ஏற்றினார்கள். அதைக் கவனித்த பக்குக்குத் திகில் ஏற்பட்டது. அவர்கள் மிகுந்த பிரயாசை எடுத்துக்கொண்டு காரியம் செய்தார்கள். அனுபவமில்லாததால் அதில் ஒழுங்கேயில்லை. கூடாரத்தைச் சரியாக மடித்துச் சுருட்டத் தெரியாததால் அது மூன்று மடங்கு பெரிய மூட்டையாகக் காட்சி அளித்தது. தகரத்தட்டுகளைக் கழுவாமலேயே கட்டிவைத்தார்கள். வேலை செய்யும் அந்த இரு ஆண்களிடையே மெர்ஸிடிஸ் ஓயாமல் குறுக்கிட்டு எதிர்வாதம் செய்துகொண்டும், ஆலோசனை கூறிக்கொண்டும் இருந்தாள். துணிமூட்டை ஒன்றை அவர்கள் வண்டியின் முன்பகுதியில் வைத்தபோது அதைப் பின் பகுதியில்தான் வைக்கவேண்டுமென்று அவள் சொன்னாள். அவள் சொன்னவாறு பின்பகுதியில் வைத்து, அதன் மேல் வேறு இரண்டு மூன்று மூட்டைகளையும் போட்டுவிட்டார்கள். இன்னும் சில சாமான்கள் மூட்டையில் சேராமல் விட்டுப்போனதை அந்தச் சமயத்தில்தான் அவள் கண்டுபிடித்தாள். அந்தத் துணிமூட்டையில் தவிர அவற்றை வேறு எங்கும் போட முடியாது. அதனால் மீண்டும் அவர்கள் மூட்டைகளை எல்லாம் இறக்க வேண்டியதாயிற்று.

அண்டையில் இருந்த மற்றொரு முகாமிலிருந்து மூன்று மனிதர்கள் வெளியே வந்து இங்கு நடப்பதை எல்லாம் பார்த்துச் சிரித்துக் கொண்டும் கண்ணைச் சிமிட்டிக் கொண்டுமிருந்தனர்.

அவர்களில் ஒருவன், “உங்கள் வண்டியிலே பாரம் அதிகம் என்னைக் கேட்டால் அந்தக் கூடாரத்தைக் கொண்டுபோக வேண்டாம் என்று சொல்வேன்” என்று சொன்னான்.

“கூடாரமில்லாமல் நான் என்ன செய்ய முடியும்? அதை என்னால் நினைக்கவே முடியவில்லை” என்று மெர்ஸிடிஸ் தனது அழகிய கைகளை விரித்துக்கொண்டு பேசினாள்.

“இது வசந்த காலம்; இனிமேல் குளிர் இருக்காது” என்று அவன் பதில் கூறினான்.

அவனுடைய ஆலோசனையை நிச்சயமாக ஏற்றுக்கொள்ள முடியாது என்று மெர்ஸிடிஸ் தலையை அசைத்தாள். மலை போலக் கிடந்த சுமைகளின் மீது சார்லஸூம், ஹாலும் அதுவும் இதுவுமாகக் கிடந்த ஏதேதோ சாமான்களைத் தூக்கிப் போட்டார்கள்.

அண்டை முகாமிலிருந்து வந்த ஒருவன் “இந்தச் சுமைகளோடு வண்டி போகுமா?” என்று கேட்டான்.

“ஏன் போகாது?” என்று சார்லஸ் சட்டென்று திருப்பிக் கேட்டான்.

“ஓ, அதுசரி, அதுசரி. எனக்கென்னவோ கொஞ்சம் சந்தேகமாக இருந்தது. அவ்வளவுதான். தலைப்பாரம் கொஞ்சம் அதிகமென்று எனக்குப்பட்டது” என்று அவன் தாழ்ந்த குரலில் சொன்னான்.

சார்லஸ் மறுபக்கம் திரும்பி வரிகயிறுகளை இறுக்கினான். ஆனால் அவன் சரியாகவே கட்டவில்லை.

“இந்தப் பாரத்தோடு நாள் முழுவதும் நாய்கள் வண்டி இழுக்குமா?” என்று மற்றொருவன் வினவினான். “நிச்சயமாக இழுக்கும்” என்றான் ஹால். அவன் குரலிலே போலிமரியாதை தொனித்தது. அவன் தன் கையிலிருந்த சாட்டையை ஓங்கிக்கொண்டு “மஷ், மஷ்” என்று கூவினான்.

நாய்கள் தங்கள் மார்பைக் கொடுத்துப் பலங்கொண்ட மட்டும் கொஞ்ச நேரம் இழுத்துப் பார்த்தன. பிறகு அந்த முயற்சியைக் கைவிட்டு விட்டன. வண்டியை அவற்றால் அசைக்க முடியவில்லை.

“சோம்பேறிக்கழுதைகள் எப்படி இழுக்கவேண்டும் என்று இப்போது காண்பிக்கிறேன்” என்று அவன் கூவிக்கொண்டே சாட்டையால் அடிக்க முனைந்தான்.

மெர்ஸிடிஸ் குறுக்கிட்டாள். “ஹால் அடிக்காதே” என்று சொல்லி, அவள் சாட்டையை அவன் கையிலிருந்து பிடுங்கிக் கொண்டாள். ஐயோ பாவம், அவற்றைத் துன்புறுத்துவதில்லை என்று எனக்கு நீ வாக்கு கொடுக்கவேண்டும். இல்லாவிட்டால் நான் கூட வரமாட்டேன்.”

உனக்கு நாய்களைப் பற்றி என்ன தெரியும்? நீ பேசாமல் இரு. அவை சோம்பேறிகள். அடி கொடுத்தால்தான் ஏதாவது வேலை செய்யும். அவற்றின் தன்மை அது. நீ யாரை வேண்டுமானாலும் கேட்டுப்பார். அதோ அந்த மனிதர்களிடம் வேண்டுமானால் கேட்டுப்பார்" என்று தம்பி கூறினான்.

நாய்களை மன்றாடிக் கேட்டுக்கொள்ளும் பாவனையில் மெர்ஸிடிஸ் பார்த்தாள். துன்பக்காட்சியைக் காணச் சகிக்காதவள் அவள் என்பதை அவளுடைய அழகிய முகம் தெளிவாகக் காட்டிற்று. "அவை மிகவும் இளைத்துக் கிடக்கின்றன. அவற்றிற்கு ஓய்வு அவசியம்" என்றான் ஒருவன்.

"ஓய்வா? அது நாசமாகப் போகட்டும்" என்றான் ஹால். அதைக் கேட்டு மெர்ஸிடிஸ் மனம் வருந்தினாள்.

ஆனால் அவளுக்கு உறவுப்பற்று அதிகம். அதனால் உடனே தன் தம்பியின் சார்பாகப் பேசலானாள். "அந்த மனிதன் சொல்வதைப் பற்றி நீ பொருட்படுத்தவேண்டாம். நீதான் வண்டியோட்டுகிறாய். உனக்கு எது நல்லதென்று தோன்றுகிறதோ அப்படியே செய்."

மீண்டும் நாய்களின் மீது சாட்டையடி விழுந்தது. அவை மார்புப் பட்டை வார்களை உந்திக் கால்களைப் பனியில் பதிய வைத்துக்கொண்டு பலங்கொண்ட மட்டும் இழுத்தன. நங்கூரம் பாய்ச்சியதுபோலச் சறுக்குவண்டி அசையாமலிருந்தது. இரண்டு முறை அவ்வாறு பெருமுயற்சி செய்து இளைப்பெடுத்து நாய்கள் நின்றுவிட்டன. சாட்டையடி பளார் பளாரென்று விழுந்து கொண்டேயிருந்தது. மீண்டும் மெர்ஸிசிடிஸ் குறுக்கிட்டாள். பக்குக்கு முன்னால் அவள் மண்டியிட்டு அமர்ந்து அதன் கழுத்தைத் தன் கைகளால் கட்டி அணைத்துக்கொண்டு கண்ணீர் வடித்தாள்.

"ஐயோ பாவம், நீங்கள் நன்றாக இழுக்கக்கூடாதா? அப்படி இழுத்தால் இந்தச் சாட்டையடி விழாதே" என்று அவள் அங்கலாய்த்தாள். பக்குக்கு அவளைப் பிடிக்கவில்லை. இருந்தாலும் அவள் கைகளிலிருந்து விலக அதற்குப் போதிய பலமில்லை.

இவற்றையெல்லாம் பார்த்துக் கொண்டிருந்தவர்களில் ஒருவன் இதுவரை மௌனமாகப் பல்லைக் கடித்துக்கொண்டிருந்தான் அவன் இப்பொழுது பேசலானான்:

"உங்கள் பாடு எப்படியானாலும் அதைப்பற்றி எனக்குச் சற்றும் அக்கறை இல்லை. இருந்தாலும் அந்த நாய்களுக்காக நான் ஒன்று சொல்ல விரும்புகிறேன். வண்டியின் சறுக்குவட்டைகள்

பனியிலே அழுந்திக் கிடக்கின்றன. சுற்றிலும் பனி உறைந்துவிட்டது. ஒரு கழியால் நெம்பி முதலில் வட்டைகளை மேலே எழுப்புங்கள்.”

மூன்றாவது முறையாக அவர்கள் புறப்பட முயன்றார்கள். அந்த மனிதன் சொன்ன யோசனைப்படி ஹால் முதலில் வட்டைகளை பனியிலிருந்து மேலெழச் செய்தான். தாங்க முடியாத சுமைகளோடு சறுக்குவண்டி புறப்பட்டது. சாட்டைஅடி பொழியப்பொழிய பக்குவமற்ற நாய்களும் முக்கி முக்கி இழுத்தன. நூறு கஜத்திற்கப்புறம் பாதையில் ஒரு திருப்பம் இருந்தது. அந்த இடத்தில் பாதை மிகவும் சரிவாகச் சென்றது. நல்ல அனுபவம் இருந்தால்தான் தலைப்பாரம் அதிகமுள்ள சறுக்குவண்டியை அந்த இடத்தில் கவிழாமல் ஓட்ட முடியும். ஹாலுக்கு அந்த அனுபவமில்லை. வண்டி திரும்பும்போது குடை கவிழ்ந்து விட்டது. சரியானபடி வரிந்துகட்டாததால் வண்டியிலிருந்து மூட்டைகளில் பாதி கீழே விழுந்துவிட்டன. நாய்கள் நிற்காமல் ஓடின. குடை கவிழ்ந்து வண்டியும் கவிழ்ந்தவாறு ஆடிக்குலுங்கிச் சென்றது. பெரிய பாரத்தை வைத்தமையாலும் கொடுமையாக நடத்தினமையாலும் நாய்களுக்குக் கோபம். பக் சீறிக் கொண்டிருந்தது. அது வேகமாக ஓடலாயிற்று. மற்ற நாய்களும் அதைத் தொடர்ந்து ஓடின. ஓ... என்று ஹால் கத்தினான். ஆனால் அவை அதைக் காதில் வாங்கிக் கொள்ளவில்லை. ஹால் வண்டிக்கு முன்னால் ஓடி அதை நிறுத்த முயன்றான்; ஆனால் கால் தடுக்கி விழுந்தான். குடை கவிழ்ந்த வண்டி அவன் மேல் ஏறிச்சென்று விட்டது. நாய்கள் பெரிய வீதியின் வழியாக ஓடின. மீதியிருந்த சாமான்களும் ஆங்காங்கே சிதறி விழலாயின. ஸ்காக்வே மக்கள் அந்தக் காட்சியைக் கண்டு விழுந்து விழுந்து நகைத்தார்கள்.

இரக்கமுள்ள சிலர் நாய்களைத் தடுத்து நிறுத்தினர்; சிதறிக்கிடந்த சாமான்களையும் எடுத்து வந்தனர். அவர்கள் நல்ல ஆலோசனையும் கூறினார்கள். டாஸன் போய்ச்சேர வேண்டுமானால் பாதிச்சுமையைக் குறைத்துவிடவேண்டும். அந்த நாய்களைப்போல இன்னும் அத்தனை நாய்களை வண்டியில் பூட்ட வேண்டும் என்று அவர்கள் சொன்னார்கள். ஹாலும் அவன் தமக்கையும், அவள் புருஷனும் அவர்கள் கூறுவதை வேண்டா வெறுப்பாகக் கேட்டுக் கொண்டார்கள்; எந்தெந்தச் சாமான்களை எடுத்துவிடலாம் என்று பார்த்தார்கள். டப்பிகளில் அடைத்த உணவுப்பொருள்களை முதலில் தள்ளி வைத்தார்கள். அந்த டப்பிகளைக் கண்டதும் கூடியிருந்த மக்கள் சிரித்தார்கள். ஏனென்றால் பனிப்பாதையில் செல்லுகின்ற யாரும் அவற்றை எடுத்துச் செல்லமாட்டார்கள். சிரித்துக் கொண்டிருந்தவர்களில் ஒருவன் அவர்களுக்கு உதவி செய்ய முன்வந்ததோடு, “இத்தனை

கம்பளிகள் எதற்கு? இவற்றில் பாதியே அதிகம். அந்தக் கூடாரத்தையும் எறிந்துவிடுங்கள். அந்தத் தட்டுக்களும் வேண்டாம்; அவற்றை யார் கழுவி வைப்பார்கள்" என்று கூறினான்.

இந்தவிதமாகத் தேவையில்லாத பல சாமான்கள் களைந் தெறியப்பட்டன. தனது துணிமூட்டைகள் தரையில் கிடப்பதைப் பார்த்ததும் மெர்ஸிடிஸ் அழத்தொடங்கினாள். வேண்டாமென்று ஒவ்வொரு சாமானாகத் தள்ளியபோதும் அவள் அழுதுகொண்டேயிருந்தாள். அவர்களுடைய நிலையைக் குறித்தே பொதுவாக அவளுக்கு அழுகை வந்துவிட்டது. சாமான் ஒவ்வொன்றைத் தள்ளும்போதும் அதே அழுகைதான். அவள் மனமுடைந்துபோய் முழங்கால்களில் கைகளைக் கோத்துக்கொண்டு உட்கார்ந்திருந்தாள். பத்துப் பன்னிரண்டு சார்லஸ்கள் சேர்ந்து வேண்டினாலும் தான் அந்த இடத்தைவிட்டுப் புறப்பட முடியாதென்று அவள் கூறினாள். இரக்கம் காட்டுமாறு அவள் எல்லோரையும் கேட்டுக்கொண்டாள்.

கடைசியில் அவள் தன் கண்களைத் துடைத்துக்கொண்டு எழுந்தாள். பிறகு அவளே தனக்கு அவசியமான உடைகளையும் வேண்டாமென்று எடுத்தெறியலானாள். அவளுடைய ஆர்வத்திலே தனது உடைகளில் பலவற்றை எறிந்ததுமல்லாமல் தனது கணவன் தம்பி ஆகியவர்களின் துணிகளையும் எடுத்தெறியத் தொடங்கினாள்.

ஒருவாறு சாமான்களில் பாதியைக் குறைத்துவிட்டார்கள். மீதியுள்ளவை சரியான சுமைதான். சார்லஸும் ஹாலும் மாலை நேரத்தில் போய் மேலும் ஆறு நாய்கள் வாங்கி வந்தார்கள். பழைய நாய்கள் ஆறு; டீக், கூனா ஆகிய நாய்கள் இரண்டு; புதியவை ஆறு; ஆகப் பதினாலும் சேர்ந்து ஒரு கோஷ்டியாயின. ஆனால், புதிய நாய்கள் ஆறும் அதிகம் பயனில்லாதவை. அவைகளில் மூன்று நாய்கள் குறுகிய ரோமம் உடையவை. ஒன்று நியூபவுண்டுலாந்து நாய். மற்ற இரண்டும் இனந்தெரியாத கலப்புநாய்கள். அவற்றிற்கு ஒன்றுமே தெரியாது. பக்கும் அதன் துணைநாய்களும் அவற்றை வெறுப்போடு பார்த்தன. அவற்றைப் பழக்க பக் விரைவில் முனைந்தது. என்னவெல்லாம் செய்யக் கூடாதென்பதை அவற்றிற்குக் கற்பிக்க அதனால் முடிந்தது. ஆனால் என்ன செய்யவேண்டும் என்பதை அவற்றிற்குக் கற்பிக்க முடியவில்லை. வண்டியிழுப்பது அவற்றிற்குப் பிடிக்கவில்லை. கலப்பின நாய்கள் இரண்டையும் தவிர, மற்றவை திகைத்துப் போய்விட்டன. குளிர் மிக்க பனிப்பிரதேசச் சூழ்நிலையும், எஜமானர்களின் கொடுமையும் சேர்ந்து அவற்றை உள்ளமுடையச் செய்தன. கலப்பின நாய் இரண்டிற்கும் எவ்வித உற்சாகமும் கிடையாது.

புதிய நாய்கள் பயனற்றவை; தொடர்ந்து செய்த இரண்டா யிரத்து ஐந்நூறுமைல் பிரயாணத்தால் பழைய நாய்கள் அலுத்திருந்தன. அதனால் இந்தப் பிரயாணத்திற்கு உற்சாகம் கொடுக்கக்கூடியதாக ஒன்றுமே அமைந்திருக்கவில்லை. ஆனால் சார்லஸும் ஹாலும் உற்சாகமாக இருந்தார்கள். அவர்களுக்குத் தற்பெருமையும் இருந்தது. பதினான்கு நாய்கள் பூட்டிய வண்டியில் அவர்கள் போகப் போகிறார்கள். டாஸனுக்குப் புறப்படும் வண்டிகள் பலவற்றை அவர்கள் பார்த்திருக்கிறார்கள். அங்கிருந்து வரும் வண்டிகளையும் பார்த்திருக்கிறார்கள். பதினான்கு நாய்கள் பூட்டிய வண்டி அவற்றில் ஒன்றுகூட இல்லை. ஆர்க்டிக் பிரதேசப் பிரயாணத்தில் பதினான்கு நாய்கள் பூட்டிய வண்டி இருக்கக்கூடாது; ஏனென்றால், அந்த வண்டியிலே அத்தனை நாய்களுக்கும் வேண்டிய உணவுகளை ஏற்றிச் செல்ல முடியாது. சார்லஸுக்கும் ஹாலுக்கும் இந்த விஷயம் தெரியாது. அவர்கள் பிரயாணத் திட்டத்தைக் காகிதத்தில் எழுதிக் கணக்கிட்டுப் பார்த்தார்கள். காகிதக் கணக்குச் சரியாக வந்தது. இத்தனை நாய்களுக்கு இத்தனை நாட்களுக்கு இவ்வளவு உணவு வேண்டுமென்று கணக்குப் போட்டார்கள். அவர்கள் போட்ட கணக்கை மெர்ஸிடிஸ் ஆமோதித்தாள். எல்லாம் சுலபமாகத் தோன்றியது அவர்களுக்கு.

அடுத்த நாள் காலையில் பக்கின் தலைமையில் அந்த நீண்ட நாய்க் கோஷ்டி புறப்பட்டது. நாய்களுக்கு ஒருவித உற்சாகமும் இல்லை. அலுப்போடு அவை புறப்பட்டன. அந்த இடத்திற்கும் டாஸனுக்கும் இடையேயுள்ள பாதையின் வழியாக நான்கு முறை பக் பிரயாணம் செய்திருக்கிறது. அலுத்தும் இளைத்தும் இருந்த பக்குக்கு அதே பாதையில் மறுபடியும் பிரயாணம் செய்வது கசப்பாக இருந்தது. அதன் உள்ளம் அந்த வேலையில் ஊன்ற வில்லை. மற்ற நாய்களின் உள்ளங்களும் அவ்வாறே இருந்தன. புதிய நாய்கள் மருண்டு கிடந்தன. பழைய நாய்களுக்கு அவற்றின் எஜமானர்களிடத்தில் நம்பிக்கை ஏற்படவில்லை.

அந்த மனிதர்களையும், மங்கையையும் நம்பி வேலைசெய்ய முடியாது என்று பக் உணர்ந்தது. எப்படிக் காரியம் செய்வதென்றே அவர்களுக்குத் தெரியவில்லை. அனுபவத்தால் அவர்கள் கற்றுக் கொள்ளவும் மாட்டார்கள் என்பதும் நாட்கள் செல்லச் செல்லத் தெளிவாயிற்று. அவர்களிடம் ஒழுங்கோ கட்டுப்பாடோ கிடை யாது; எதையும் மெதுவாகச் செய்தார்கள். முகாமிடுவதிலேயே அவர்கள் பாதி இரவைக் கழித்தார்கள். முகாமைக் கலைத்துப் புறப்படுவதற்குக் காலைநேரத்தில் பாதி போய்விடும். வண்டியில் சாமான்களை ஒழுங்கில்லாமல் அடுக்குவதால் அவர்கள் பல

தடவை வண்டியை நிறுத்திச் சரிந்துவிழும் சாமான்களை மீண்டும் மீண்டும் நன்கு அடுக்க வேண்டியிருந்தது. சில நாட்கள் அவர்கள் பத்து மைல் கூடப் பிரயாணம் செய்யவில்லை. இன்னும் சில நாட்களில் அவர்களால் பிரயாணத்தைத் தொடங்கவே முடிய வில்லை. நாய்களுக்கு வேண்டிய உணவைப் பற்றிக் கணக்கிட்ட பொழுது அவர்கள் தினமும் பிரயாணம் செய்வதாக எதிர்பார்த்த தூரத்தில் பாதிக்குமேல் ஒருநாளும் அவர்களால் செல்ல முடியவில்லை.

அதனால் நாய்களுக்கு வேண்டிய உணவு சுருங்கிவிட்டது. தொடக்கத்தில் நாய்களுக்கு உணவை அதிகமாகக் கொடுத்தும் தீர்த்துவிட்டார்கள். வயிற்றுக்குப் போதிய உணவைக் கொடுக்க முடியாத நிலைமையும் பின்னால் வந்தது. அந்தப் பிரதேசத்து உணவுமுறை புதிய நாய்களுக்குப் பழக்கமில்லை. அவற்றிற்கு எப்போதும் அடங்காப்பசி. அலுத்துப்போன எஸ்கிமோ நாய்கள் மெதுவாக இழுப்பதைக் கண்டு வழக்கமாக அங்கு நாய்களுக்குக் கொடுக்கும் உணவின் அளவு போதாதென்று ஹால் தீர்மானித்தான். அந்த அளவைப்போல் இரண்டு மடங்கு உணவை அவன் கொடுத்தான். நாய்களுக்கு இன்னும் அதிகமாகக் கொடுக்கும்படி மெர்ஸிடிஸ் தன் அழகிய கண்களில் நீர் பெருகக் கெஞ்சினாள். மேலும் மேலும் கொடுக்க அவன் ஒப்புக் கொள்ளாதபோது அவளே மீன்களைத் திருட்டுத்தனமாக எடுத்துவந்து நாய்களுக்குப் போட்டாள். பக்குக்கும் எஸ்கிமோ நாய்களுக்கும் வேண்டியது அதிக உணவல்ல; அவற்றிற்கு வேண்டியது ஓய்வு. பிரயாணம் மெதுவாக நடந்தாலும் வண்டியில் பாரம் அதிகமாக இருந்ததால் நாய்கள் அதை இழுத்து, உள்ள சக்தியையும் இழந்துவிட்டன.

பிறகு உணவைக் குறைக்கவேண்டிய நிலைமை வந்தது. நாய்களுக்கான உணவில் பாதி தீர்ந்துவிட்டது. பிரயாணத்தில் கால்பாகம்தான் முடிந்திருக்கிறது. இதை ஹால் ஒருநாள் திடீரென்று கண்டுபிடித்தான். பணம் கொடுத்தோ அல்லது வேறு வகையிலோ நாய்களுக்கு உணவு வாங்கவும் வழியில்லை. அதனால் வழக்கமாக அனைவரும் கொடுக்கும் உணவின் அளவில் பாதியைத்தான் அவன் நாய்களுக்குக் கொடுக்கலானான். அதே சமயத்தில் பிரயாண காலத்தையும் அதிகப்படுத்தினான். அவன் சகோதரியும் சார்லஸூம் அவனுடைய ஏற்பாட்டை ஆமோதித்தார் கள். சுமை அதிகமாக இருந்ததாலும், அவர்களுடைய அனுபவக் குறைவாலும் இந்த ஏற்பாட்டில் ஏமாற்றமே உண்டாயிற்று. நாய்களுக்கு உணவைக் குறைப்பது எளிது; ஆனால் அவற்றை அதிக வேகத்தில் ஓடும்படி செய்வது முடியாத காரியம். காலை நேரத்தில் அவர்களால் விரைவில் புறப்பட முடியவில்லையாதலால்,

அவர்கள் பல மணி நேரம் பிரயாணம் செய்யவும் முடியவில்லை. அவர்களுக்கு நாய்களிடம் வேலை வாங்கவும் தெரியவில்லை. தாங்களும் எப்படி வேலை செய்ய வேண்டுமென்பதும் தெரியவில்லை.

முதலில் டப் பலியாயிற்று. தடுமாறித் தடுமாறி அது காரியங்கள் செய்து அடிக்கடி தண்டனையைப் பெற்றுக்கொண்டிருந்ததாயினும் வேலை ஒழுங்காகச் செய்துவந்தது. அதன் தோள்பட்டை திருகிப்போய் விட்டதல்லவா? அதற்குச் சிகிச்சையும் நடக்கவில்லை ஓய்வும் கிடைக்கவில்லை. அதனால் வலி அதிகமாகிப் பெரிதும் துன்புற்றது. அதன் நிலைமை மோசமாகிக் கொண்டே வந்ததால் கடைசியில் ஹால் அதைச் சுழல் துப்பாக்கியால் சுட்டுக்கொன்றுவிட்டான். புதிய நாய்களான வெளிநாட்டு நாய்களுக்கு எஸ்கிமோ நாய்களுக்குக் கொடுக்கும் அந்த உணவைக் கொடுத்தாலே பசி அடங்காது. அப்படியிருக்க, அந்த உணவின் அளவு பாதியாகக் குறைந்ததால், அவையெல்லாம் பசி தாங்காமல் இறந்தன. நியூபவுண்டுலாந்து நாய் முதலில் கண்ணை மூடிற்று. குட்டைரோமம் உடைய மூன்று நாய்களும் பிறகு இறந்தன. கலப்பின நாய்கள் இரண்டும் கொஞ்ச நாள் உயிரைப் பிடித்துக்கொண்டிருந்தன. பிறகு அவையும் இறந்தன.

தென்பிரதேசத்து மக்களான அந்த மூன்று பேரிடத்திலும் இருந்த மென்மையும், நயமும் இதற்குள் மறைந்துவிட்டன. ஆர்க்டிக் பயணத்தின் மேலிருந்த ஆர்வமும் உற்சாகமும் போய்விட்டன. அந்தப் பிரயாணம் அவர்களுடைய சக்திக்கு மீறியதாக இருந்தது. நாய்களுக்காக இரக்கப்பட்டு அழுவதை மெர்ஸிடிஸ் நிறுத்தி விட்டாள். தன்னுடைய நிலைமைக்காக அழுவதற்கும், கணவனுடனும், தம்பியுடனும் சச்சரவிட்டுக் கொள்வதற்குமே அவளுக்குச் சரியாக இருந்தது. சண்டையிட்டுக் கொள்வதில் மட்டும் அவர்களுக்குச் சலிப்பே ஏற்படவில்லை. நிலைமையைச் சமாளிக்க முடியாததால், அவர்களுக்குக் கோபமும், எரிச்சலும் அதிகமாகிக் கொண்டே வந்தன. பனிப்பாதையில் சிரமப்பட்டு வேலை செய்வதாலும், பல துன்பங்களை அனுபவிப்பதாலும் ஏற்படுகின்ற தனிப் பொறுமை அவர்களுக்கு ஏற்படவில்லை. அப்படிப்பட்ட பொறுமை அவர்களிடம் கொஞ்சங்கூட இல்லை. அவர்கள் உடம்பில் நோவு; எலும்பில் நோவு; உள்ளத்திலும் நோவு. அதனால் அவர்கள் காரத்தோடு பேசலானார்கள். காலைமுதல் இரவு வரையில் கடுஞ்சொற்களே அவர்கள் வாயில் வந்தன.

மெர்ஸிடிஸ் சந்தர்ப்பம் கொடுத்தபோதெல்லாம் சார்லஸும் ஹாலும் சச்சரவிட்டுக் கொண்டனர். ஒவ்வொருவனும் தானே

அதிகமான வேலை செய்வதாகக் கருதினான். இந்தக் கருத்தை ஒவ்வொரு சமயத்திலும் வெளியிட அவர்கள் இரண்டு பேரும் தயங்கவில்லை. மெர்ஸிடிஸ் சில வேளைகளில் கணவனோடும், சில வேளைகளில் தம்பியோடும் கட்சி சேர்ந்தாள். அதன் விளைவாக ஓயாத குடும்பக்கலவரம். தீ மூட்டுவதற்கு யார் விறகு வெட்டி வருவது என்பது பற்றி வாக்குவாதம் தொடங்கும்.

அது சார்லஸையும் ஹாலையும் பொறுத்த விஷயம் என்றாலும், அது அவர்களோடு முடியாது. குடும்பத்தைச் சேர்ந்த தந்தை, தாய், மாமன், மைத்துனன், உற்றார், உறவினர் எல்லோரையும் சந்திக்கு இழுத்துவிடும். ஆயிரக்கணக்கான மைல்களுக்கு அப்பாலுள்ளவர்களும், செத்துப்போனவர்களும் கூடத் தப்ப மாட்டார்கள். தீ மூட்ட நாலைந்து குச்சிகளை வெட்டி வருவதற்கும் கலையைப் பற்றிய ஹாலின் அபிப்பிராயங்களுக்கும் அல்லது அவனுடைய தாய்மாமன் எழுதிய சமூகநாடகங்களுக்கும் என்ன சம்பந்தமென்று யாராலும் தெரிந்துகொள்ளவே முடியாது. இருந்தாலும், விவாதம் அவற்றையெல்லாம் சாடும்; சார்லஸின் அரசியல் விருப்பு வெறுப்புகளும் சந்திக்கு வரும். யூக்கான் பிரதேசத்தில் தீ மூட்டும் விஷயத்தில் சார்லஸின் தங்கை கோள் மூட்டுவதைப்பற்றிப் பேசுவதற்கும் என்ன பொருத்தமிருக்கிறதென்று மெர்ஸிடிஸுக்குத் தான் தெரியும். அவள் அதைப் பற்றித் தன் உள்ளத்திலே செறிந்து கிடந்த கருத்துகளையெல்லாம் வெளியே கொட்டிவிட்டாள்; அதே சமயத்தில் தன் கணவனின் குடும்பத்தில் மட்டும் காணும்படியான ஒருசில விரும்பத்தகாத தன்மைகளைப் பற்றியும் குறிப்பிட்டாள். இப்படிச் சச்சரவுதான் நடக்கும்; தீயை யாரும் மூட்டமாட்டார்கள். கூடாரம் பாதி அடித்ததுபோலக் கிடக்கும். நாய்கள் வயிறு வாடும்.

மெர்ஸிடிஸுக்குத் தான் பெண் என்கிற முறையில் ஒரு தனிக் குறையும் இருந்தது. அவள் அழகும் மென்மையும் வாய்ந்தவள்; இதுவரை அவளை எல்லோரும் அன்புடனும் தனிச்சலுகையுடனும் நடத்தினார்கள். இப்பொழுது அவளுடைய கணவனும் தம்பியும் நடத்தியது அதற்கு முற்றிலும் மாறாக இருந்தது. தன்னால் இயலாது என்று கூறுவது அவளுக்கு சகஜம். அதைக் குறித்து இப்பொழுது அவர்கள் குறை கூறினார்கள். பெண்மைக்குத் தனியுரிமையான அந்த இயல்பைப்பற்றி அவர்கள் கண்டிக்கவே அவர்களுடைய வாழ்க்கையைச் சகிக்க முடியாத நரகமாக்கினாள். அவளுக்கு இப்பொழுதெல்லாம் நாய்களைப் பற்றி அனுதாபமே கிடையாது. அவள் மிகவும் களைத்துப்போனதால், வண்டியில் ஏறிச் செல்ல வேண்டுமென்று வற்புறுத்தினாள். அவள் அழகும் மென்மையும் வாய்ந்தவள்தான்; இருந்தாலும், அவள் நூற்றிருபது

இராத்தல் ஆயிற்றே! இளைத்தும், பட்டினியாகவும் கிடக்கும் நாய்களுக்கு வண்டியிலுள்ள சுமையே அதிகம். சில நாட்கள் அவள் வண்டியில் சென்றாள். நாய்கள் வண்டியில் பூட்டியவாறே கீழே விழலாயின; கடைசியில் வண்டியே நின்றுவிட்டது.

மெர்ஸிடிஸைக் கீழே இறங்கி நடந்துவருமாறு சார்லஸும் ஹாலும் பல வகையாக வேண்டிக்கொண்டார்கள். அவளோ அழுது கொண்டும், அவர்கள் தன்னைக் கொடுமையாக நடத்துவதை எடுத்துச்சொல்லிக் கடவுளிடத்தே முறையிட்டுக் கொண்டுமிருந்தாள்.

ஒருதடவை அவளை வண்டியிலிருந்து பலவந்தமாகக் கீழே இறக்கிவிட்டார்கள். ஆனால் மறுபடியும் அவர்கள் அவ்வாறு செய்யவில்லை. பிடிவாதம்பிடிக்கும் செல்லக்குழந்தைபோல் அவள் வேண்டுமென்றே கண்டயிடங்களில் காலை இடித்துக் கொண்டு நொண்டலானாள்; பிறகு நடக்க முடியாதென்று பாதையில் உட்கார்ந்துவிட்டாள். அவர்கள் அவளைக் கவனியாதவர்கள் போலச் சென்றார்கள். அதைக் கண்டும் அவள் அசையவே இல்லை. மூன்று மைல் தூரம் போன பிறகு அவர்கள் வண்டியை நிறுத்திச் சாமான்களையெல்லாம் இறக்கிவைத்துவிட்டு வெறும் வண்டியோடு அவளிடம் திரும்பி வந்தார்கள்; அவளை வலியத் தூக்கி வண்டியிலே வைத்துக்கொண்டு போனார்கள்.

தாங்கள் படுகின்ற அவஸ்தையின் மிகுதியால் அவர்கள் நாய்களின் துன்பத்தைப்பற்றிக் கருதவேயில்லை. சிரமங்களைச் சகித்துத் திண்மையடைய வேண்டும் என்பது ஹாலின் கொள்கை. அவன் கொள்கையை அவன் மற்றவர்களுக்கும் பிரயோகித்தான்; சகோதரிக்கும், மைத்துனனுக்கும் அதைப் போதிக்கத் தொடங்கினான். அவர்களிடம் அதிலே அவன் வெற்றியடையாமற் போகவே நாய்களுக்கு அதைத் தன் தடியின்மூலம் கற்பிக்கலானான். வழியிலே ஓரிடத்திற்கு வந்து சேருவதற்குள் நாய்களுக்கு வேண்டிய உணவு முழுவதும் தீர்ந்துவிட்டது. பல்லில்லாத கிழவன் ஒருவன் குதிரைத்தோலைப் பனிக்கட்டியிலிட்டு உணவாகப் பதப்படுத்தி வைத்திருந்தான்; ஹாலின் இடுப்பிலே வேட்டைக்கத்தியோடு துணையாகக் காட்சியளித்த சுழல்துப்பாக்கியைக் கொடுத்தால் குதிரைத்தோலில் கொஞ்சம் கொடுப்பதாகக் கூறினான். வயிறு வற்றிக்கிடந்த குதிரைகளின் தோலை எடுத்து அவன் ஆறு மாதங்களுக்கு முன்னால் பக்குவப்படுத்தியிருந்தான். அது பேருக்கு உணவாகுமே அல்லாமல் சரியான உணவாகாது. துத்தநாகம் பூசிய இரும்புத்துண்டுபோல அந்தத்தோல் தோன்றியது. நாய்கள் அதனுடன் மல்லுக்கட்டி எப்படியோ மென்று விழுங்கின. ஆனால் அது வயிற்றுக்குள்ளே போய் வார்களாகவும், சிறுசிறு உரோமக்

குஞ்சங்கள் போலவும் பிரிந்து சீரணிக்க முடியாமற்போனதோடு வயிற்றுவலியையும் உண்டாக்கிற்று.

இத்தனை அவஸ்தைகளையும் தாங்கிக்கொண்டு, ஏதோ கனவுலகத்திலே போவதுபோல பக் மற்ற நாய்களுக்கு முன்னால் தள்ளாடித் தள்ளாடிச் சென்று கொண்டிருந்தது; இழுக்க முடிந்தபோது இழுத்தது; இழுக்க முடியாதபோது நிலத்தில் விழுந்து கிடந்தது. சாட்டையடியும், தடியடியுந்தான் அதை மீண்டும் எழச் செய்தன. உரோமம் அடர்ந்த அதன் உடம்பிலிருந்த பளபளப்பும் கட்டும் மறைந்தன. உரோமம் சடையாகத் தொங்கியது. ஹாலின் தடியடிபட்டுக் காயமான இடங்களில் ரத்தம் ஒழுகி உலர்ந்துகிடந்தது. தசைநார்கள் நலிந்து முடிச்சு விழுந்த கயிறுகள் போலாகிவிட்டன. உடம்பிலிருந்த சதைப்பற்றும் மறைந்தொழிந்தது. தோல் சுருங்கிப் பல இடங்களில் மடிந்திருந்தது. உடம்பிலுள்ள எலும்புகளெல்லாம் சுருங்கிய தோலுக்கடியில் நன்றாகத் தெரிந்தன. பார்ப்பவர்கள் உள்ளமே உடைந்து போகும்படியாக பக் காட்சி யளித்தது; ஆனால் அதன் உள்ளம் மட்டும் உடைந்துபோகவில்லை. அதன் உள்ளத்தின் திண்மையைச் சிவப்பு மேலங்கிக்காரனே கண்டிக்கிறான்.

பக்கின் நிலைமையைப்போலவே மற்ற நாய்களின் நிலைமை யுமிருந்தது. அவை ஊர்ந்துசெல்லும் எலும்புக் கூடுகளாக மாறிவிட்டன. பக்கையும் சேர்த்து ஏழு நாய்கள் இருந்தன. பெருந்துன்பம் உழன்ற அவை சாட்டைவீச்சுக்கும் தடியடிக்கும் தடித்துப் போயின. எங்கோ அடி விழுந்து வலிக்கிற மாதிரி அவற்றிற்கு மந்தமான உணர்ச்சிதான் ஏற்பட்டது. பார்ப்பனவும் கேட்பனவும் அவ்வாறே மந்தமாகப்புலனாயின. அவற்றிற்கு அரைஉயிர் கூட இல்லை; கால் உயிரும் இல்லையெனலாம். அவை எலும்புமூட்டைகள்; உயிர்ப்பொறி மங்கலாக ஊசலாடிக் கொண் டிருக்கும் எலும்புமூட்டைகள். ஏதாவது ஓரிடத்தில் தங்கும்போது அவை வண்டியில் பூட்டியபடியே உயிரற்றவைபோல விழுந்து கிடந்தன. அந்த நிலையிலேயே உயிர்ப்பொறி மங்கி மறைந்து விடும்போலத் தோன்றியது. பிறகு சாட்டையடியோ தடியடியோ விழும்போது அந்தப்பொறி கொஞ்சம் அசைந்து மேலெழும்; நாய்கள் தட்டுத் தடுமாறி எழுந்து நின்று தள்ளாடித் தள்ளாடி முன்செல்லும்.

நல்ல சுபாவமுடைய பில்லியின் இறுதிநாள் வந்தது. அது ஓரிடத்தில் கீழே விழுந்தது; பிறகு அதனால் எழுந்திருக்க முடியவில்லை. சுழல்துப்பாக்கியை விற்றுவிட்டதால், ஹால் கோடரியை எடுத்து அதன் தலையின் மேல் தாக்கினான்; பிணமான பில்லியைப் பிறகுதான் வண்டியிலிருந்து அவிழ்த்து

ஒருபுறமாக இழுத்தெறிந்தான். பக் இதைப் பார்த்தது; மற்ற நாய்களும் பார்த்தன. இதே கதி தங்களுக்கு விரைவில் நேரப்போகிறதென்று அவைகள் உணர்ந்துகொண்டன. அடுத்த நாள் கூனாவின் வாழ்க்கை முடிவுற்றது. மீதி ஐந்து நாய்களிருந்தன. நிலைமை மிக மோசமாகிவிட்டபடியால், துன்புறுத்தவோ அச்சுறுத்தவோ ஜோவிற்குத் திராணியில்லை. நொண்டியாய்ப்போன பக்குக்குத் தீயவை நினைக்க உணர்ச்சியே இல்லை. ஒற்றைக்கண் சோலெக்ஸ் ஒழுங்காக வண்டியிழுக்க இன்னும் முயன்றதென்றாலும் உடம்பிலே வலுவின்மையால் துக்கப்பட்டது. பனிக்காலத்திலே இந்தமுறை டீக் அதிகமாகப் பிரயாணம் செய்யவில்லை. எனவே, அது சற்றுத் துடுக்காக இருந்தது. அதனாலேயே அதற்கு அதிகமாக அடி கிடைத்தது. பக் இன்னும் தலைமைப்பதவியிலேயே முன்னால் சென்றது; என்றாலும் அது மற்ற நாய்கள் ஒழுங்காக வேலை செய்ய வேண்டுமென்பதில் கவனம் செலுத்தவில்லை. பலவீனத்தால் அதன் பார்வை மங்கிற்று. கால்களால் பாதையைத் தொட்டுப் பார்த்துக்கொண்டே அது சென்றது.

வசந்தகாலம் அழகாகக் காட்சியளித்தது. ஆனால், அதன் அழகை மனித இனத்தைச் சேர்ந்த மூவரும் அறியவில்லை; நாய்களும் அறிந்து கொள்ளவில்லை. ஒவ்வொரு நாள் காலையிலும் கதிரவன் முதல் நாளைவிடச் சற்று முன்னதாகவே உதிக்கத் தொடங்கினான்; மாலையில் அவன் மறையுங்காலமும் பின்தள்ளிக்கொண்டே போயிற்று. காலையில் மூன்று மணிக்கே விடிந்துபோகும். இரவிலே ஒன்பது மணி வரையில் அந்தி ஒளி பரவியிருந்தது. நீண்டிருக்கும் நாள் முழுவதும் பகலவனின் பொற்கிரணங்கள் சுடர்விட்டன. பனிக்காலத்தின் பயங்கர மௌனம் கலைந்து, புதிய உயிர்தோன்றும் வசந்தத்தின் மெல்லொலி எழுந்தது. வாழ்வின் எக்களிப்புப் பொதிந்துள்ள எல்லா நிலப்பகுதிகளிலிருந்தும் இந்த மெல்லொலி கிளம்பிற்று. உறைபனி மூடிய பல நீண்ட மாதங்களாக அசைவின்றி உயிரற்றவை போலக்கிடந்த எல்லாப் பிராணிகளிடமிருந்தும் தாவரங்களிட மிருந்தும் இந்த ஒலி எழுந்தது. பைன் மரங்களில் மீண்டும் உயிர்ச்சத்து மேலெழும்பிப் புதிய உயிர் தந்தது. வில்லோ, ஆஸ்ப்பெண் முதலிய பனிப்பிரதேச மரங்கள் புதிய அரும்புகளையும், முகைகளையும் தாங்கிநின்றன. புதர்களும், திராட்சைக்கொடிகளும் புதியதொரு பசுமை போர்த்தின. இராக்காலங்களிலே பாச்சைகள் அரவமிட்டன. பகல்வேளைகளிலே ஊர்வனவும், நகர்வனவும் சூரியஒளியிலே நடமாடின. கௌதாரிகள் உரத்த குரல்கொண்டு கூவின; மரங்கொத்திகள் கொத்தோசை கானகத்தில் எழுந்தது. அணில்கள் கீச்சிட்டன. பறவைகள் பாடின. தெற்கிலிருந்து கோண

வடிவாக வந்த காட்டுத்தாராக்களின் கூவோசை வானிலே மிதந்தது.

மலைச்சரிவுகளிலே மீண்டும் சிற்றருவிகள் பாயத் தொடங்கின; கண்ணுக்குத் தெரியாத அந்த அருவிகளின் இன்னிசை மெல்ல வந்தது. பனிக்கட்டியில் கட்டுண்டுகிடந்த யூக்கான்* ஆறு இப்பொழுது அந்தக் கட்டை உடைத்தெறிய முயன்றது. பனிக்கட்டியின் அடிப்பாகத்தை அது தகர்த்தது; கதிரவன் மேல்பாகத்தைத் தகர்த்தான். பனிப்பரப்பில் துண்டங்கள் ஆற்றில் மிதந்து சென்றன. மெல்லிய அரவமெழுப்பும் இளங்காற்றினூடே பொன்னொளி பொங்கும் பகலவனுடைய உதவியால் விழிப்புற்றெழுந்த புதிய உயிர் வாழ்க்கையின் துடிப்பின் மத்தியிலே அந்த இரு ஆடவர்களும் ஒரு மங்கையும் சாவை நோக்கிச்செல்லும் வழிபோக்கர்கள் போலத் தள்ளாடித் தள்ளாடிச் சென்றனர்.

நாய்கள் ஒவ்வொன்றாகத் தடுமாறி விழவும், மெர்ஸிடிஸ் புலம்பிக்கொண்டு வண்டியில் வரவும், ஹால் வீணாகச் சபித்துக் கொண்டிருக்கவும், சார்லஸின் கண்களில் நீர்வடியவும் அவர்கள் தட்டுத்தடுமாறி வெள்ளாற்றின் முகத்துவாரத்தில் ஜான் தார்ன்டன் போட்டிருந்த கூடாரத்தை அடைந்தனர். அடித்துக் கொல்லப் பட்டவை போல நாய்கள் விழுந்தன. மெர்ஸிடிஸ் கண்களைத் துடைத்துக்கொண்டு ஜான் தார்ன்டனை நோக்கினாள். ஒரு மரத்துண்டின்மேல் சார்லஸ் மெதுவாக அமர்ந்தான். அமரும்போது கால்கள் மடக்க முடியாமல் வலியெடுத்தன. ஹால்தான் பேசத் தொடங்கினான். ஜான் தார்ன்டன் தன் கோடரிக்கு ஒரு கைப்பிடி செய்து முடித்துக்கொண்டிருந்தான். வேலை செய்துகொண்டே அவன் ஹாலின் பேச்சைச் செவியில் வாங்கிக்கொண்டான். ஒரு வார்த்தை இரண்டு வார்த்தைகளில் பதில் கொடுத்தான். அவனுடைய ஆலோசனையைக் கேட்டபொழுது அதையும் மிகச் சுருக்கமாகவே சொன்னான். ஹாலைப்போன்ற மக்களின் இயல்பை அவன் நன்கறிவான். தான் கூறுகின்ற ஆலோசனை ஏற்றுக்கொள்ளப்பட மாட்டாது என்ற நிச்சயத்தோடேயே அவன் பேசினான்.

அடிப்பாகம் உருகி இளகிக்கொண்டிருக்கும் பனிக்கட்டியின் மேல் பிரயாணம் செய்வது ஆபத்து என்று தார்ன்டன் எச்சரிக்கை செய்தான். அதைக் கேட்ட ஹால், "அங்கேயும் இப்படித்தான் சொன்னார்கள்; பாதையில் படிந்துள்ள பனிக்கட்டியின் அடிப்பாகம் இளகித் தளர்ந்து கொண்டிருக்கிறது. அதனால்

---

* இது யூக்கான் பிரதேசத்தில் உள்ள ஆறு: பெல்லி, லூயிஸ் என்ற ஆறுகள் சேர்ந்து உண்டாவது

இப்போது பிரயாணம் செய்யாமல் இருப்பதுதான் நல்லது என்றார்கள்; வெள்ளாற்றை அடைய முடியாது என்றார்கள். ஆனால் இதோ நாங்கள் வெள்ளாறு வந்து சேர்ந்துவிட்டோம்" என்று வெற்றிச்செருக்கோடு வார்த்தையாடினான்.

"அவர்கள் சொன்னதுதான் சரியான யோசனை. ஆற்றின் மேல் படிந்திருந்த பனிக்கட்டியின் அடிப்பாகம் எந்தக் கணத்திலும் இளகித் தண்ணீரில் முழுகிவிடலாம். அடிமுட்டாளாக இருந்தால்தான் இந்தச் சமயத்தில் பிரயாணம் செய்வான். நான் வெளிப்படையாகச் சொல்லுகிறேன், அலாஸ்காவிலுள்ள அத்தனை தங்கமும் கிடைப்பதானாலும் நான் இப்போது பயணம் தொடங்க மாட்டேன்" என்று தார்ன்டன் பதில் கூறினான்.

"ஏனென்றால் நீ அப்படி முட்டாள் அல்ல, அப்படித்தானே". என்றான் ஹால். "இருந்தாலும் நாங்கள் டாஸன் போகத்தான் போகிறோம்."

ஹால் சாட்டையை எடுத்தான். "பக், எழு எழு, மஷ் மஷ், புறப்படு."

தார்ன்டன் கோடரிப்பிடியைச் செதுக்கத் தொடங்கினான். முட்டாளுக்கும் அவனுடைய முட்டாள்தனத்திற்கும் இடையே குறுக்கிடுவது வீண்வேலை என்று அவனுக்கும் தெரியும். உலகத்திலே இரண்டு மூன்று முட்டாள்கள் அதிகமாக இருப்பதனாலோ குறைவாக இருப்பதனாலோ ஒன்றும் மாறிவிடப் போவதில்லை என்பதும் அவனுக்குத் தெரியும்.

ஹாலின் ஆணையைக் கேட்டு நாய்கள் உடனே எழுந்திருக்கவில்லை. அப்போது அவையிருந்த நிலைமையில் அடி கொடுத்துத்தான் அவற்றை எழுப்ப முடியும். சாட்டை பளீர் பளீரென்று அங்குமிங்குமாகத் தன் கொடுந்தொழிலை நடத்திற்று. ஜான் தார்ன்டன் உதட்டைக் கடித்தான். முதலில் சோலெக்ஸ் எழுந்து நின்றது. டீக் அதைப் பின்பற்றியது. வலி பொறுக்காமல் கத்திக்கொண்டு ஜோ அதன்பிறகு எழுந்தது. எழுந்து நிற்க பைக் பெருமுயற்சி செய்தது. பாதி எழுந்த நிலையில் அது இருமுறை அப்படியே விழுந்துவிட்டது. மூன்றாவது முயற்சியில் அது எப்படியோ எழுந்தது. பக் எழுந்து நிற்க முயலவே இல்லை. அது படுத்த இடத்திலேயே அசைவற்றுக் கிடந்தது. சாட்டை பளீர் பளீரென்று மீண்டும் மீண்டும் உடம்பில் தாக்கிற்று.

பக் கத்தவுமில்லை; எழுந்து நிற்க முயலவும் இல்லை. தார்ன்டன் பலமுறை பேச வாயெடுத்தான்; ஆனால் பேசவில்லை. அவன் கண்களில் கண்ணீர் ததும்பிற்று. சாட்டையடி மேலும் தொடர்ந்து விழவே என்ன செய்வதென்று தீர்மானம் செய்ய முடியாமல் அவன் எழுந்து அங்குமிங்கும் நடக்கலானான்.

நற்றிணை பதிப்பகம் ○ 73

பக் எழுந்திராமல் கிடந்தது இதுதான் முதல் தடவை. அதனால் ஹாலுக்குக் கோபம் பொங்கிக்கொண்டு வந்தது. அவன் சாட்டையை எறிந்துவிட்டுத் தடியை எடுத்தான். கொடுமையாகத் தடியடி பொழிந்தபோதிலும் பக் எழுந்து நிற்க மறுத்தது. மற்ற நாய்களைப் போலவே அதற்கும் எழுந்து நிற்கச் சக்தியில்லை. ஆனால் அவை எப்படியோ பெருமுயற்சி செய்து எழுந்து நின்றன. எழுவதில்லையென்றே பக் உறுதியாக இருந்தது. வரப்போகிற பேராபத்தை அது ஒருவாறு உணர்ந்துகொண்டது. ஆற்றின் மேலேயிருந்த பனிப்பாதையை விட்டுக் கரையை வந்தடைந்தபோதே இந்த உணர்ச்சி அதற்கு நன்கு ஏற்பட்டது; அது இன்னும் நிலைத்திருந்தது. அன்று பயணம் செய்தபோது தன் கால்களுக் கடியிலே பனிக்கட்டி உருகி இளகுவதை அது கண்டது. அதனால் மேற்கொண்டும் அந்தப் பாதையில் போனால் விரைவில் ஆபத்து நேரும் என்று அது தெரிந்துகொண்டது போலும். அது அசைய மறுத்தது. இதுவரையில் அது அனுபவித்த துயரம் மிகப் பெரிது. அந்தத் துயரத்தின் எல்லையிலேயே தடியடி அதற்கு அதிகமான வலியைத் தரவில்லை. தடியடி தொடர்ந்து நடந்தபோது அதன் உயிர் போவதும் வருவதுமாக இருந்தது. பிறகு உயிர்போகும் நிலையே வந்துவிட்டது. பக்குக்கு உணர்வு மங்கலாயிற்று. எங்கோ அடி விழுகிறதுபோல் அதற்குப்பட்டது. வலி என்கிற உணர்ச்சியும் மறையத் தொடங்கியது. புலன் உணர்ச்சியே மங்கலாயிற்று. உடம்பின் மேல் தடி மோதுவதுபோல மட்டும் செவியில் ஓசை விழுந்தது. அந்த உடம்பும் தன்னுடையதல்ல, அது எங்கோ கிடக்கும் வேறு உடம்பு என்று, இவ்வாறு அதற்கு உணர்ச்சி உண்டாயிற்று.

பிறகு திடீரென்று யாரும் எதிர்பாராதவிதமாக ஜான் தார்ன்டன் ஏதோ ஒரு விலங்கு போலக் கத்திக்கொண்டு ஹாலின்மேல் பாய்ந்தான். அடி சாய்ந்து விழுகின்ற மரத்தினால் மோதுண்டவனைப் போல் ஹால் பின்னால் சாய்ந்தான்.

மெர்ஸிடிஸ் அலறினாள். நீர் வடியும் கண்களைத் துடைத்துக் கொண்டு சார்லஸ் அமர்ந்திருந்தான்; கால்களில் ஏற்பட்டிருந்த பிடிப்பால் அவன் எழுந்திருக்கவில்லை.

பக்கை மறைத்துக்கொண்டு நின்ற ஜான் தார்ன்டன் தன்னுள்ளே பொங்கிக் குமுறிக் கொண்டிருந்தான்.

கோபத்தை அடக்க முயன்று கடைசியில் ஒருவாறு சமாளித்துக்கொண்டு அவன், "இந்த நாயை மறுபடியும் அடித்தால் உன்னைக் கொன்று தீர்த்து விடுவேன்" என்று கூவினான்.

ஹாலின் வாயிலிருந்து ரத்தம் கசிந்தது. அதைத் துடைத்துக் கொண்டு அவன், "அது என்னுடைய நாய். அதைவிட்டு விலகிப் போ; இல்லாவிட்டால் உன்னைப் பலி வாங்கிவிடுவேன் நான் இப்பொழுது டாஸனுக்குப் புறப்பட வேண்டும்" என்றான்.

பக்கை விட்டுத் தார்ன்டன் விலகுவதாகக் காணோம். ஹால் தனது வேட்டைக்கத்தியை உருவினான். மெர்ஸிடிஸ் அலறினாள்; வீறிட்டாள்; சிரித்தாள்; பேய்பிடித்தவள் போலத் தோன்றினாள். ஜான் தார்ன்டன் கோடரிப் பிடியால் ஹாலின் கைகளின் மேல்தட்டினான். ஹாலின் கையிலிருந்த கத்தி கீழே விழுந்தது. அதை அவன் எடுக்க முயன்றபோது மீண்டும் தார்ன்டன் முளிகளின்மேல் அடித்தான். பிறகு அவனே கத்தியை எடுத்து பக்கின் திராஸ்வார்களை அறுத்தெறிந்தான்.

அப்பொழுதிருந்த நிலையில் ஹால் சண்டைக்குத் தயாராக இல்லை. மேலும் அவன் தன் தமக்கையைக் கைகளால் தாங்கிக் கொண்டு அவளைக் கவனிக்க வேண்டியிருந்தது. குற்றுயிராய்க் கிடக்கும் பக்கும் வண்டியிழுக்க இனி பயன்படாது. ஆதலால் அதைவிட்டுவிட்டு மூவரும் புறப்படலாயினர். ஆற்றின் மேல் படர்ந்திருந்த பனிப்பாதையில் வண்டி சென்றது. பக் தலையைத் தூக்கிப்பார்த்தது. தலைமைப்பதவியில் பைக் சென்றது; அதன் பின்னால் ஜோவும் டீக்கும் சென்றன; நான்காவதாகச் சென்றது சோலெக்ஸ். நொண்டிக்கொண்டும் தடுமாறிக்கொண்டும் அவை எட்டு வைத்தன. மெர்ஸிடிஸ் வண்டியில் அமர்ந்திருந்தாள். ஹால் வண்டியைச் செலுத்தினான்; சார்லஸ் வண்டியின் பின்னால் இடறி இடறிச்சென்றான்.

அவர்களை பக் பார்த்துக்கொண்டிருக்கும்போது, தார்ன்டன் அதன் உடம்பைத் தடவிப்பார்த்தான். ஏதாவது எலும்பு முறிந்திருக்கிறதாவென்று அவன் ஆராய்ந்தான். எலும்பு ஒன்றும் முறியவில்லை; காயங்கள்தான் நிறைய இருந்தன. பட்டினியால் பக் துரும்பாக இளைத்துக்கிடந்தது.

கால்மைல் தூரத்திலே வண்டி கண்ணுக்குப் புலனாயிற்று. பனிக்கட்டிகளின்மேல் அது ஊர்ந்து செல்லுவதைப் பக் கவனித்தது. தார்ன்டனும் பார்த்தான். வண்டியின் பின்பகுதி குழியில் இறங்கியதுபோல் திடீரென்று மறைந்தது; அதே சமயத்தில் ஹாலும் பனியினடியில் மறைந்தான். மெர்ஸிடிஸ் வீறிட்டு அலறிய குரல் கேட்டது. சார்லஸ் திரும்பித் தப்பி ஓடக் காலெடுத்து

வைத்தான். ஆனால், அந்தச் சமயத்தில் பெரும்பகுதியான பனிக் கட்டிப்பரப்பு ஆற்றுக்குள்ளே அமிழ்ந்துவிட்டது. வண்டியோடும், நாய்களோடும் மூவரும் ஆற்றில் அமிழ்ந்து மறைந்தார்கள். பனிப்பாதையிலே அந்த இடத்தில் ஒருபெரிய உடைப்புத்தான் தோற்றமளித்தது.

ஜான் தார்ன்டன் பக்கைப் பார்த்தான்; பக் அவனைப் பார்த்தது. "ஐயோ, பாவம்" என்றான் தார்ன்டன். பக் அவன் கையை அன்போடு நக்கிற்று.

6
மனிதப்பற்று

சென்ற டிசம்பரிலே குளிரின் கொடுமையால் ஜான் தார்ன்டனுடைய கால்கள் உறைந்துபோய் நோயுற்றன. வெள்ளாற்றின் மேற்பகுதிக்குப் புறப்பட்ட அவனுடைய கூட்டாளிகள் அவனை அங்கேயே விட்டுச்சென்றார்கள். ஓய்வு பெற்று அவன் குணமடைய வேண்டுமென்பது அவர்களுடைய எண்ணம். வெள்ளாற்றின் மேற்பகுதியிலிருந்து அறுப்புமரங்களை ஓடத்தில் ஏற்றிக்கொண்டு அங்கே வந்து பிறகு அம்மரங்களை விற்க டாஸனுக்கு ஓடத்திலேயே செல்வார்கள். பக்கைக் காப்பாற்ற வந்த சமயத்திலும் தார்ன்டன் கொஞ்சம் நொண்டிக் கொண்டுதானிருந்தான். ஆனால் குளிர் நீங்கி வெப்பம் சற்று அதிகரிக்கவே அவன் முற்றிலும் குணமடைந்தான். வசந்தகாலத்தின் நீண்ட பகற் பொழுதிலே ஆற்றின் கரையில் படுத்துக்கொண்டு ஓடும் தண்ணீரின் வனப்பையும், பறவைகளின் கீதத்தையும், இயற்கையின் இனிமையையும் பக் பருகிக்கொண்டிருந்தது. அதனால் அது மீண்டும் தன் பழைய வலிமையைப்பெற்றது.

மூவாயிரம் மைல்கள் பிரயாணம் செய்தபிறகு கிடைக்கும் ஓய்வின் சுகமே சுகம். வேலையொன்றுமின்றி, பக் சுற்றித்திரிந்தது. அதன் காயங்கள் ஆறின; அதன் தசைநார்கள் புடைத்தெழுந்தன; உடம்பிலே எலும்பை மறைத்துச் சதைப்பற்று மிகுந்தது. தார்ன்ட னோடு பக்கும், ஸ்கீட்டும், நிகும் உல்லாசமாக உலாவின.

அறுப்புமரங்களோடு ஓடம் அங்கு வந்து சேர்ந்ததும் டாஸனுக்குப் புறப்படத் தார்ன்டன் தயாராய் இருந்தான். ஸ்கீட் என்பது அயர்லாந்து நாட்டுச் சிறிய நாய். அது பக்கினிடம் அன்போடு பழக முன்வந்தது. சாகப்போவதுபோலக் கிடந்த பக் அதை எதிர்த்துப் பயமுறுத்தவில்லை. நோயால் துன்புறுகின்ற நாய்களுக்கு உதவி செய்யும் தன்மை ஒரு சில நாய்களுக்கு உண்டு. பூனை தனது குட்டிகளை நாவினால் நக்கிச் சுத்தப்படுத்துவது போல, பெண் நாயான ஸ்கீட் பக்கின் காயங்களை நாவினால் நக்கிச் சுத்தப்படுத்தியது. ஒவ்வொரு நாளும் பக் தனது காலை உணவை முடிக்கும் சமயத்தில் ஸ்கீட் அதனிடம் வந்து இந்தப் பணியைச் செய்யும். தார்ன்டனுடைய உதவியை எதிர்பார்ப்பது போலவே சில நாட்களில் ஸ்கீட்டின் உதவியையும் பக் எதிர்பார்க்க

லாயிற்று. நிக் வேட்டைநாய் இனத்தைச் சேர்ந்தது. அது கருமை நிறம் வாய்ந்தது. அதன் கண்களைப் பார்த்தாலே அது மிக நல்ல சுபாவமுடைய நாய் என்று தெரியும். அதுவும் பக்கினிடம் அன்போடிருந்தது.

அந்த நாய்கள் இரண்டும் தன்னிடம் பொறாமை கொள்ளாததைக் கண்டு பக் ஆச்சரியம் அடைந்தது. ஜான் தார்ன்டனைப் போலவே அவையும் பரந்த மனப்பான்மையும் அன்பும் உடையனவாகத் தோன்றின. பக்கின் உடம்பிலே பலம் ஏற ஏற அந்த நாய்கள் அதனுடன் பல வகையாக விளையாடின. தார்ன்டனும் அந்த விளையாட்டில் சேர்ந்து கொள்ளுவான். இவ்வாறாக பிணியெல்லாம் தீர்ந்து பக் ஒரு புதிய வாழ்க்கையைத் தொடங்கலாயிற்று. முதல்முறையாக இப்பொழுதுதான் அதன் உள்ளத்திலே ஆழ்ந்த அன்பு தோன்றியது. கதிரவன் ஒளி கொஞ்சும் சான்டாகிளாராவில் நீதிபதி மில்லரின் மாளிகையில் இருந்த பொழுதும் அதற்கு இத்தகைய அன்பு பிறக்கவில்லை. நீதிபதியின் புத்திரர்களோடு உலாவித் திரிந்தபோதும், வேட்டைக்குச் சென்றபோதும் கூட்டாளிகளோடு சேர்ந்து வேலை செய்வது போன்றே அது நடந்து கொண்டது. நீதிபதியின் பெயரர்களுக்கு அது காப்பாளன் போலிருந்தது. நீதிபதியினுடனும் அது ஒரு வகையான பெருமித நட்பே கொண்டிருந்தது. காய்ச்சலாய்க் காயும்காதல் அவர்களிடம் அதற்கு உண்டாகவில்லை. பக்திப்பித்து என்று கூறும்படியான அவ்வளவு ஆழ்ந்த அன்பை எழுப்ப ஜான் தார்ன்டன் வேண்டியிருந்தது.

அவன் அதன் உயிரைக் காப்பாற்றினான். அதுவே ஒரு விஷயம். மேலும் அவன் எஜமானனாக இருக்க எல்லா வகைகளிலும் தகுதி பெற்றிருந்தான். தங்கள் சொந்தக்காரியத்தின் பொருட்டும், ஒரு கடமையாய்க் கருதியும் மற்றவர்கள் தாங்கள் வைத்திருக்கும் நாய்களின் நலத்தைக் கவனித்தார்கள். ஆனால் தார்ன்டன் தனது குழந்தைகளைக் கவனிப்பதுபோல, நாய்களைக் கவனித்தான். அவன் நாய்களோடு உற்சாகமாகவும், அன்பாகவும் வம்பு பேசுவதில் தவறவே மாட்டான்; அப்படிப் பேசுவதில் மிகுந்த மகிழ்ச்சியும் அடைந்தான். அவன் தனது கைகளுக்கிடையே பக்கின் தலையை நன்கு அழுத்திப்பிடித்துக்கொண்டு அதன் மேல் தன் தலையை வைத்து முன்னும் பின்னும் அசைந்தாடுவான்; அதே சமயத்தில் பக்கை வைவதுபோலப் பேசுவான். அந்தப் பேச்சில் உள்ள அன்பை பக் உணர்ந்துகொண்டது. கைகளால் அழுத்தி அணைத்துக் கொண்டிருப்பதாலும், செல்லமாகத் திட்டிப் பேசுவதாலும், முன்னும் பின்னும் அசைந்தாடுவதாலும் பக் மிகப்பெரிய உவகை அடைந்தது. அந்தப் பேருவகையால் அதன்

உள்ளமே வெடித்து விடுமோவென்று தோன்றியது. அணைப்பிலிருந்து அவன் விட்டவுடன் அது தாவி எழுந்து நிற்கும். அதன் வாயிலே சிரிப்புடன் குறி தோன்றும். கண்களிலே அதன் அன்பு முழுவதும் வெளியாகும். அதன் குரல்வளையிலே பேச்சொலியாக உருவெடுக்காத அன்புணர்ச்சிகள் ததும்பும். அந்த உணர்ச்சிப் பெருக்கால் அது அசையாமல் நின்றுகொண்டிருக்கும். அதைக் கண்டு ஜான் தார்ன்டன், "கடவுளே! உனக்குப் பேசத்தான் முடியவில்லை" என்று பயபக்தியோடு கூறுவான்.

தார்ன்டனுடைய கையைக் கடிப்பதைப்போல பக் வாயினால் கவ்விப்பிடிக்கும். அன்பை வெளியிடுவதற்கு அதையே அது சிறந்த வழியாகக்கொண்டது. அது நன்றாகக் கவ்விப்பிடிப்பதால் கையிலே பல் பதிந்ததுபோல அடையாளம் தென்படும். தார்ன்டன் திட்டிப்பேசுவதை அவனுடைய கொஞ்சலாக பக் கருதியது போலவே, பக்கின் இத்தகைய போலிக்கடியைத் தார்ன்டன் அதன் அன்பின் அரவணைப்பாக உணர்ந்து கொண்டான்.

தார்ன்டன் அதைத் தொடும்போதும், அல்லது அதனுடன் பேசும்போதும் அது பெருமகிழ்ச்சியிலே மூழ்கித்திளைத்த தென்றாலும், தார்ன்டன் இவ்வாறு தன்னிடம் அன்பு காட்ட வேண்டுமென்று அது நாடவில்லை. தார்ன்டனுடைய கையின் அடியிலே ஸ்கீட் தனது மூக்கை வைத்துக்கொண்டு, கையைத் தள்ளித் தள்ளிக் காண்பிக்கும். தன்னைத் தடவிக்கொடுக்க வேண்டுமென்று அது அவ்வாறு செய்யும். தார்ன்டனுடைய முழங்காலின் மேல் நிக் தனது பெரிய தலையை வைத்துக்கொள்ள ஆசைப்படும். ஆனால் பக் இவ்வாறெல்லாம் செய்யாமல் தூரத்திலே தள்ளி நின்று தார்ன்டனை அன்போடு பார்த்துப் போற்றுவதில் திருப்தி அடையும். தார்ன்டனுடைய பாதங்களுக்கு அருகில் ஆவலோடும், ஆர்வத்தோடும் மணிக்கணக்காக அது படுத்திருக்கும். அப்படிப் படுத்துக்கொண்டு அவன் முகத்தையே பார்க்கும்; பார்த்து அதில் தோன்றுகின்ற ஒவ்வோர் உணர்ச்சியையும் மாறுதலையும் மிகக் கூர்ந்து கவனிக்கும்; சில வேளைகளில் அவனுக்குப் பக்கத்திலோ அல்லது பின்னாலோ சற்று தூரத்தில் படுத்துக்கொண்டு அவனுடைய உடம்பின் ஒவ்வோர் அசைவையும் கவனித்துக்கொண்டிருக்கும்.

இவ்வாறு பக் மிகக் கூர்ந்து அவனைக் கவனிப்பதால், தார்ன்டன் தானாகவே பல சமயங்களில் தன் தலையைத் திருப்பி அதை நோக்குவான். அவ்வளவு நெருங்கிய தொடர்பு பக்குக்கும் அவனுக்கும் ஏற்பட்டிருந்தது. அவன் நோக்கும்போது பக்கின் அன்புள்ளம் அதன் கண்களில் வெளிப்பட்டுப் பிரகாசித்தது போலவே, அவனுடைய உள்ளமும் அவனுடைய கண்களில் வெளியாயிற்று.

தார்ன்டன் தன்னைக் காப்பாற்றியதிலிருந்து பல நாட்கள் வரையில் அவன் தனது பார்வையை விட்டு விலகியிருப்பதைப் பக் விரும்பவில்லை. கூடாரத்தைவிட்டு அவன் வெளியில் புறப்பட்டுப்போவது முதல் திரும்பி வரும் வரையில் பக் அவனைப் பின்தொடர்ந்தே செல்லும். வடக்குப்பிரதேசத்திற்கு வந்ததிலிருந்து பல எஜமானர்கள் அதைவிட்டுப் பிரிந்ததால், எந்த எஜமானனும் நிரந்தரமாக இருக்கமாட்டான் என்ற பயம் அதற்கு ஏற்பட்டது. பெரோல்ட்டும் பிரான்சுவாவும், ஸ்காச்சு இனத்தவனும் தன் வாழ்க்கையிலிருந்து பிரிந்ததுபோலத் தார்ன்டனும் பிரிந்து விடுவானோ என்று அது அஞ்சிற்று. இரவுநேரங்களிலும், கனவிலும் இந்த அச்சம் அதைப் பீடித்தது. அந்த வேளைகளில் அது உறக்கம் கலைந்து எழுந்து மெதுவாகக் கூடாரத்திற்கு அருகில் சென்று தார்ன்டன் மூச்சுவிடும் சப்தத்தை உற்றுக்கேட்கும்.

வாழ்க்கையைப் பண்படுத்தும் இந்தப் பெரிய அன்பு ஏற்பட்டிருந்தபோதிலும் வடக்குப்பிரதேச அனுபவங்கள் அதன் உள்ளத்திலே எழுப்பிய பூர்வீகவாழ்க்கையின் உணர்ச்சியும் மேலோங்கி நின்றது. கூரையின் கீழ் தீயருகிலே வாழ்ந்த வாழ்க்கை யால் அதற்கு விசுவாசம் ஏற்பட்டிருந்தது. அதே சமயத்தில் காட்டுவாழ்க்கையின் கொடுமையும், தந்திரமும் குடி கொண்டி ருந்தன. நாகரிகமடைந்த பல தலைமுறைகளின் பண்பாட்டைக் கொண்டுள்ள தெற்குப்பிரதேச நாயாக அதைக் கருதுவதைக் காட்டிலும் ஜான்தார்ன்டன் வளர்த்த நெருப்பின் அருகே அமர்ந் திருக்க வந்துள்ள காட்டுவிலங்காகவே அதைக் கருத வேண்டும். தார்ன்டனிடம் தான் கொண்டுள்ள பேரன்பின் காரணமாக அவனிடத்திலிருந்து எதையும் அது திருடாது. ஆனால் வேறொரு முகாமில், பிறரிடமிருந்து எதையும் திருடுவதற்கு அது ஒரு கணமும் தயங்காது. மிகத் தந்திரமாகத் திருடுவதால் யாரும் அதைக் கண்டுபிடிக்கவும் முடியாது.

பல நாய்களின் பற்கள் பட்டு அதன் முகத்திலும் உடம்பிலும் தழும்புகள் இருந்தன. பக் முன்போலவே மூர்க்கமாகவும் முன்னைவிடச் சாமர்த்தியமாகவும் சண்டையிடலாயிற்று. ஸ்கீட்டும் நிகும் மிக நல்ல சுபாவம் உடையவையாகையால், அவை சண்டையிடா. மேலும் அவையும் ஜான் தார்ன்டனுடைய நாய்களே. ஆனால் மிகுந்த தைரியமும், மிக நல்ல இனத்தைச் சேர்ந்ததுமான நாய் எதிர்ப்பட்டாலும் அது விரைவில் பக்குக்குப் பணிந்துவிடும். அப்படியில்லாவிட்டால், அதன் உயிருக்கே ஆபத்துதான். பக் சிறிதும் இரக்கம் காட்டாது. கோரைப்பல் குறுந்தடி ஆட்சியை அது நன்கு கற்றுக்கொண்டிருந்தது. சாகடிக்க முனைந்தபின் ஒரு விரோதியை அது விடவே விடாது. ஸ்பிட்ஸ்,

போலீஸ் நாய்கள், தபால்நாய்கள் ஆகியவற்றிடமிருந்து அது நிறையக் கற்றுக்கொண்டிருந்தது. அரைகுறையாக எதையும் விட்டுவிடக் கூடாதென்று அது தெரிந்து கொண்டிருந்தது. தான் வெல்ல வேண்டும் அல்லது தோற்க வேண்டும். இரக்கம் காட்டுவது பலவீனம். கொடுமையான காட்டு வாழ்க்கையிலே இரக்கம் என்பது இல்லவேயில்லை. இரக்கம் தோன்றினால் அது அச்சத்தின் அறிகுறியாகக் கொள்ளப்படும். அது சாவிலே கொண்டு வந்து சேர்க்கும். கொல்லல் அல்லது கொல்லப்படுதல்; தின்னல் அல்லது தீனியாதல்–இதுவே விதி. அனாதிகாலமாய் ஆணை செலுத்து, இந்த விதியை அது பின்பற்றியது.

இந்த உடலைவிட அதன் பூர்வீக அனுபவம் நீண்டதாக இருந்தது. அந்த நீண்ட இறந்தகாலத்தை பக் நிகழ்காலத்துடன் பிணைத்தது. கடலின் ஏற்றவற்றங்களும், பருவக்காலங்களும் மாறி மாறி வருவதுபோல பக்கின் மூலமாக அந்த அனாதிகாலம் துடித்துத் தாளமிட்டுக் கொந்தளித்தது. அகன்ற மார்பு, செறிந்த உரோமம், வெண்மையான கோரைப்பல்–இவற்றுடன் அது தார்ன்டன் வளர்த்த தீக்கருகில் படுத்திருந்தது. ஆனால், அதற்குப் பின்னணியில் எத்தனையோ வகையான நாய்களின் நிழல்கள் நின்றன. அவற்றுள் இடைவெட்டுக்களும், கொடிய ஓநாய்களும் இருந்தன. அவற்றின் உணர்ச்சிகள் பக்கின் உள்ளத்தை உந்தின. அது உண்ணும் உணவை அவை சுவைத்தன; அது குடிக்கும் தண்ணீரை அவை விழைந்தன; அதனுடன் சேர்ந்த காற்றை மோப்பம் பிடித்தன; காட்டிலுள்ள கொடிய விலங்குகள் உண்டாக்கும் ஓசைகளை அதற்கு அறிவுறுத்தின; அதன் மனத்தைச் செலுத்தின; செயல்களை நடத்தின; அது படுக்கும்போது அதனுடனே படுத்து உறங்கின; அதனுடன் சேர்ந்து கனவு கண்டன; அதன் கனவின் கதையாய் மாறின.

இந்த நிழல்கள் ஆதிக்கத்தோடு அதை அழைத்தமையால் நாளாக நாளாக மனித இனமும், அதற்குச் செய்ய வேண்டிய கடமைகளும் பக்கைவிட்டு மறையலாயின. கானகத்தின் மத்தியி லிருந்து அதை ஒரு குரல் அழைத்தது. மர்மமாய் ஒலித்து, தன் உள்ளத்தை ஈர்த்த அந்தக் குரலைக் கேட்கும் போதெல்லாம் அது தீயையும் மிதிபட்ட தரையையும் புறக்கணித்து விட்டுக் கானகத்திற் குள்ளே புகுந்து சுத்தலாயிற்று. எங்கு செல்வதென்றே அதற்குத் தெரியாது; ஏன் செல்ல வேண்டும் என்பதும் தெரியாது. அவற்றைப் பற்றிக் கேள்வியும் எழவில்லை. கானகத்தின் மத்தியி லிருந்து தன் மீது ஏகாதிபத்தியம் செலுத்தும் அந்தக் குரலொன்றையே கேட்டது.

ஆனால், கானகத்திற்குள் புகுந்து அதன் மிருதுவான மண்ணையும் பசுமை இருளையும் அடையுந்தோறும் அதற்கு ஜான் தார்ன்டனுடைய நினைவு தோன்றும். அவன் மேலுள்ள அன்பின் வலிமை அதை மீண்டும் கூடாரத்திற்கு இழுத்துவிடும்.

தார்ன்டன்தான் அதைக் கட்டிவைத்திருந்தான். அவனைத் தவிர மற்ற மனித இனத்தை அது பொருட்படுத்தவில்லை. அந்தப் பக்கமாக வருகின்ற பிரயாணிகள் அதனிடம் அன்பு காட்டலாம்; அதைத் தடவிக் கொடுக்கலாம். ஆனால் இவற்றையெல்லாம் அது மதிக்கவில்லை. மிக ஆர்வத்தோடு எவரும் அதை அணுகினால் அது எழுந்து அப்பால் சென்றுவிடும். தார்ன்டனின் கூட்டாளிகளான ஹான்ஸும், பீட்டும் பல நாட்களுக்குப்பிறகு படகிலே திரும்பி வந்தபோது அவர்களைப் பக் கண்ணெடுத்துப் பார்க்கவே யில்லை; அவர்கள் தார்ன்டனுக்கு வேண்டியவர்கள் என்று தெரிந்தபிறகுதான் அவர்களை ஓரளவு சகித்துக்கொண்டது; அவர்கள் கொடுக்கும் பண்டங்களை ஏற்றுக்கொண்டது. அவர்களும் தார்ன்டனைப் போலவே மண்ணுக்கு அணுக்கர்; எளிய சிந்தனையும், தெளிவான நோக்கமும் உடையவர்கள். டாஸனில் உள்ள மரஅறுப்பு எந்திர சாலைக்குப் பக்கத்திலே ஓடத்தைச் செலுத்தி நிறுத்துவதற்குள் அவர்கள் பக்கைப் பற்றியும், அதன் இயல்பைப் பற்றியும் அறிந்துகொண்டார்கள்; அதனால் ஸ்கீட், நிக் ஆகிய நாய்களோடு நெருங்கிப்பழகுவதுபோல அதனுடன் பழக முனையவில்லை.

தார்ன்டன் மீது உள்ள அன்பு மட்டும் பக்கின் உள்ளத்திலே வளர்ந்து கொண்டேயிருந்தது. கோடைக்காலத்தில் பிரயாணம் செய்யும்பொழுது அவன் ஒருவனால்தான் பக்கின் முதுகின் மேல்சுமை ஏற்றமுடியும். தார்ன்டன் ஆணையிட்டால் பக் எதையும் செய்யத் தயாராக இருக்கும். ஓடத்தில் கொண்டுவந்த மரங்களுக்காகக் கிடைத்த பணத்தை எடுத்துக்கொண்டு அவர்கள் டாஸனை விட்டு டனானாவின் முகத்துவாரத்திற்குச் சென்றார்கள். ஒருநாள் அவர்கள் ஒரு குன்றின் உச்சியில் நாய்களோடு அமர்ந்திருந் தார்கள். அந்த உச்சியின் ஒருபுறம் முந்நூறு அடி உயரத்திற்கு ஒரே செங்குத்தாக இருந்தது. ஜான் தார்ன்டன் அந்தச் செங்குத்தான பகுதிக்கருகில் உட்கார்ந்திருந்தான். அவன் தோளருகில் பக் நின்றது. தார்ன்டனுக்கு ஒரு விளையாட்டான எண்ணம் உதித்தது. அந்த எண்ணத்தைப் பரிசோதிக்கும் முன், அவன் ஹான்ஸையும், பீட்டையும் தான் செய்யப் போவதைக் கவனிக்கும்படி செய்தான். பக்கை நோக்கி, தன் கையை வீசி, ஆழ்ந்த பள்ளத்தைக் காட்டி, "பக், அங்கே குதி பார்க்கலாம்" என்று கட்டளையிட்டான். அடுத்தகணத்திலே அவன் பக்கை இழுத்துப் பிடித்து நிறுத்த

வேண்டியதாயிற்று. அந்தப் பாதாளத்தின் விளிம்பிலே பக்கைத் தடுத்துநிறுத்த அவன் திணறிக் கொண்டிருந்தான். ஹான்ஸும், பீட்டும் சேர்ந்து பெருமுயற்சி செய்து தார்ன்டனும், பக்கும் படுகுழியில் வீழ்ந்து மடியாமல் காப்பாற்றினார்கள்.

கொஞ்ச நேரம் யாராலும் பேச முடியவில்லை. பிறகு பீட், "இப்படியுமா செய்யும்!" என்று கூறினான்.

தார்ன்டன் தலையை ஆட்டினான். "இல்லை; இது அற்புதம் மட்டுமில்லை; பயங்கரமும்தான். பக்கின் விசுவாசத்தை நினைத் தால் எனக்குச் சில சமயங்களில் பயம் உண்டாகிறது" என்றான் அவன்.

"அது பக்கத்தில் இருக்கும்பொழுது உன் மேல் கை வைக்கிற பேர்வழி நான் இல்லை, அப்பா" என்று தீர்மானமாகக் கூறிக் கொண்டே பக்கைப் பார்த்துத் தலையை ஆட்டிக் கொண்டிருந்தான்.

"அது நானும் இல்லேடா, அப்பா!" என்று ஹான்ஸும் கூறினான். பீட் பயந்தது சரியேயென்று அந்த ஆண்டு முடிவதற் குள்ளாகவே வெளியாயிற்று. அவர்கள் சர்க்கிள் சிடி என்னும் இடத்திற்குச் சென்றிருந்தனர். அங்கே பர்ட்டன் என்ற தீயவன் ஒரு மதுபானக்கடையிலே ஓர் அப்பாவியுடன் சண்டையிட்டுக் கொண்டிருந்தான். தார்ன்டன் குறுக்கிட்டு, சமாதானப்படுத்த முயன்றான். ஒரு மூலையில் பக் தனது முன்னங்கால்களின் மேல் தலையை வைத்துப் படுத்துத் தார்ன்டனையே கூர்ந்து கவனித்துக்கொண்டிருந்தது. எதிர்பாராதவிதமாக திடீரென்று பர்ட்டன் தார்ன்டன்மேல் மோதி அடித்தான். தடுமாறிக் கீழே விழப்போனான் தார்ன்டன். ஆனால், நல்ல வேளையாக ஒரு கம்பத்தைப் பிடித்துக்கொண்டு அவன் கீழே விழாமல் சமாளித்து நின்றான்.

அங்கிருந்தவர்கள் காதிலே, நாய் குரைக்கும் குரலில்லை, சிம்ம கர்ஜனை ஒலித்தது. பக் தாவி எழுந்து பர்ட்டனின் கழுத்தை நோக்கிப் பாய்வதையும் அவர்கள் பார்த்தனர். பர்ட்டன் தன் கைகளை நீட்டி நாயைத் தடுக்க முயன்றான். அந்த முயற்சியிலே அவன் மல்லாந்து கீழே விழுந்தான். பக் அவன் மேலே ஏறி நின்றது. கைகளிலும் கழுத்திலும் மாறி மாறி அது கடித்தது. அவன் தொண்டை கிழிந்துபோயிற்று. அதற்குள் அங்கிருந்தவர்கள் எல்லோருமாகச் சேர்ந்து பக்கைப் பிடித்து இழுத்துத் துரத்தி விட்டார்கள். ரண வைத்தியன் ஒருவன் காயங்களிலிருந்து ரத்தம் ஒழுகாதவாறு சிகிச்சை புரிந்தான். பக் சீறிக்கொண்டும் உறுமிக் கொண்டும் மீண்டும் மீண்டும் கடைக்குள்ளே நுழைய முயன்றது. பலர் தடிகளை வீசிக்கொண்டு தடுத்ததால்தான் அது உள்ளே

வராமல் நின்றது. சுரங்கக்காரர்களின் கூட்டம் ஒன்று உடனே அங்கே கூடியது. எஜமானனைத் தாக்கியதால்தான் பக் கோபமடைந்து பர்ட்டன் மேல் பாய்ந்தது என்றும், அதன் மேல் தவறில்லை என்றும் கூட்டத்தில் தீர்மானித்தார்கள். பக்கின் கீர்த்தி அன்று முதல் ஓங்கியது. அலாஸ்காவில் உள்ள ஒவ்வொரு முகாமிலும் பக்கைப் பற்றிப் பேசிக்கொண்டார்கள்.

அந்த ஆண்டின் இலையுதிர் காலத்திலே தார்ன்டனுடைய உயிரை பக் வேறொரு வகையில் காப்பாற்றியது. வேகம் மிக அதிகமாகவுள்ள ஓர் ஆற்றுப்பகுதியிலே ஒரு நீண்ட படகைச் செலுத்த வேண்டியிருந்தது. படகில் கட்டியிருந்த ஒரு கயிற்றைப் பிடித்துக்கொண்டு ஹான்ஸும் பீட்டும் தரையின் மேல் சென்றனர்.

பக்கத்திலுள்ள மரங்களோடு கயிற்றைச் சேர்த்துப் பிடித்துப் படகின் வேகத்தை அவர்கள் குறைக்க முயன்றார்கள். தார்ன்டன் படகிலிருந்து கொண்டு ஒரு கம்பின் உதவியால் அதை ஒழுங்காகச் செலுத்திக் கொண்டிருந்தான். கரையில் வருகின்ற கூட்டாளிகள் என்ன செய்யவேண்டுமென்றும் அவன் உரத்த குரலில் சொல்லிக் கொண்டிருந்தான். படகுக்கு நேராகவே பக் கரையில் நடந்துவந்தது. தார்ன்டனுக்கு ஆபத்து நேரக்கூடாதென்று அதற்குக் கவலை; அதனால் அவனையே பார்த்துக்கொண்டு நடந்தது.

ஓரிடத்திலே பல பாறைகள் கரையிலிருந்து ஆற்றுக்குள் துருத்திக்கொண்டு நீர்மட்டத்திற்கு மேலாக நின்றன. அதனால் ஹான்ஸும் பீட்டும் கயிற்றைத் தளர்த்திவிட்டு விட்டார்கள். தார்ன்டன் தன் கையிலுள்ள கோலால் படகைச் செலுத்தினான். அந்தப் பாறைகளைக் கடந்ததும் ஆற்றுவெள்ளம் மிகப் பயங்கரமாகப் பாய்ந்தது. அந்தப் பகுதிக்குப் படகு வந்ததும் ஹான்ஸும் பீட்டும் மறுபடியும் கயிற்றால் அதன் வேகத்தைக் கட்டுப்படுத்தத் திடீரென்று முயன்றனர். அதனால் படகின் வேகம் சட்டென்று குறையவே தார்ன்டன் படகிலிருந்து வெள்ளத்தில் விழுந்தான். வெள்ளத்தின் இழுப்பு அதிவேகமாக உள்ள பகுதியை அவன் அடைந்துவிட்டான். அந்தப் பகுதியிலே நீந்தி உயிரோடு கரை சேருவதென்பது இயலாத காரியம்.

பக் வெள்ளத்திலே தாவிப்பாய்ந்தது. கொந்தளித்துச் சுழித்தோடும் வெள்ளத்திலே முந்நூறு கஜம் நீந்தி அது தார்ன்டனை அடைந்தது. தார்ன்டன் அதன் வாலைப் பிடித்தான். உடனே பக் கரையை நோக்கி தன் முழு பலத்தோடு நீந்தலாயிற்று. ஆனால் கரையை நோக்கிக் கொஞ்ச தூரம்போவதற்குள் வெள்ளம் வெகுதூரம் கீழே அடித்துச் சென்றது. கீழே கொஞ்ச தூரத்திலே பலமான அரவம் கேட்டது. அங்கே பல பாறைகள் நீர்மட்டத்திற்கு மேலே தலையை நீட்டிக்கொண்டிருந்தன. அவற்றிலே வெள்ளம்

வேகமாக மோதுவதால் பெரிய ஓசை எழுந்தது. வெள்ளத்தை எதிர்த்து நீந்திக் கரை சேருவதென்பது இயலாத காரியமென்று தார்ன்டன் கண்டுகொண்டான். அதனால் அவன் ஒரு பாறையைப் பிடித்து அதன் மேல் ஏற முயன்றான். ஆனால் அதைப் பிடிக்க முடியவில்லை. வெள்ளம் அவனை மற்றொரு பாறையில் மோதிற்று; பிறகு வேறொரு பாறையிலும் மோதி மேலெல்லாம் காயப்படுத்தியது. அந்தப் பாறை வழுக்கலாக இருந்தாலும் அதை எப்படியோ பிடித்துக்கொண்டு தார்ன்டன் பக்கின் வாலை விட்டான். அடித்து மோதும் வெள்ளத்தின் சப்தத்திற்கு மேலாக அவன் குரலெழுப்பி, "பக், கரைக்குப் போ, போ கரைக்கு" என்று கட்டளையிட்டான்.

வெள்ளம் பக்கை அடித்துக்கொண்டு போயிற்று. பக்கால் நீந்தித் தார்ன்டனை அடைய முடியவில்லை. அதைக் கரைக்குப் போகுமாறு தார்ன்டன் திருப்பித் திருப்பிக் கூவவே பக் அவன் கட்டளையைப் பணிவோடு ஏற்றுக்கொண்டு அவனை ஒருமுறை–கடைசி முறையாய்–ஏறெடுத்துப் பார்த்துவிட்டுக் கரையை நோக்கி நீந்திற்று. வெள்ளம் பயங்கரமாக மோதும் இடத்தை அடைவதற்கு முன்னால் அது கரையோரத்தை நெருங்கிவிட்டது. ஹான்ஸும் பீட்டும் அதைப் பிடித்து இழுத்துக் கரையேற்றினார்கள்.

வழுக்கலான பாறையைப் பிடித்துக்கொண்டு அந்த வெள்ளத்திலே வெகு நேரம் நிற்க முடியாது என்பது அவர்களுக்குத் தெரியும். அதனால் அவர்கள் தார்ன்டனுக்கு உதவி புரியக் கரையோரமாக ஓடினார்கள். அங்கிருந்துகொண்டு பக்கின் கழுத்தில் நீண்ட கயிற்றைக்கட்டி அதை ஆற்றுக்குள் போகச் செய்தார்கள். கயிற்றின் ஒரு நுனியை அவர்கள் பிடித்துக் கொண்டனர். பக் வெள்ளத்தில் நீந்தித் தார்ன்டனை அடைந்தால் பிறகு கயிற்றைப் பிடித்துக்கொண்டே அவனும் நாயும் கரை சேர்ந்துவிடலாம். இந்த எண்ணத்தோடுதான் அவர்கள் கயிற்றைப் பக்கின் கழுத்தில் கட்டிவிட்டார்கள். பக் அதைப் புரிந்துகொண்டு தைரியமாக நீந்திச் சென்றது. ஆனால், அது ஆற்றின் குறுக்கே நேராகச் செல்லாமல் சற்றுக் கீழ்நோக்கிச் சென்றதால் வெள்ளம் அதைத் தள்ளிக் கொண்டுபோன வேகத்தில், அது தார்ன்டனை அடைய முடியாமற்போயிற்று. ஆற்றிலே தார்ன்டனுக்கு நேராக, பக் வந்தபோது அதற்கும் தார்ன்டனுக்கும் இடையிலே பல கஜ தூரம் இருந்தது. அங்கிருந்து வெள்ளத்தை எதிர்த்து நீந்தித் தார்ன்டனை அடைவதென்பது முடியாத காரியம்.

ஹான்ஸ் உடனே கயிற்றை இழுத்தான். படகை இழுப்பதுபோல பக்கையும் இழுத்துக் கரைசேர்க்க அவன் முயன்றான். கயிற்றை

இழுத்துப் பிடிக்கவே வெள்ளம் பக்கை அடித்துக்கொண்டு போகாமல் கரையை நோக்கித் தள்ளியது. ஹான்ஸும் பீட்டும் பக்கைக் கரையேற்றுவதற்குள் அதற்குப் பாதி உயிர் போய்விட்டது. அது குடித்திருந்த தண்ணீரையெல்லாம் வெளியேற்றி அது நன்கு சுவாசிக்குமாறு அவர்கள் செய்தார்கள். பக் எழுந்து நிற்க முயன்று தடுமாறி விழுந்தது. தார்ன்டனுடைய குரல் ஆற்றுவெள்ளத்தில் மெதுவாகக் கேட்டது. அவன் உயிருக்கு மன்றாடிக்கொண்டிருக்கிறா னென்பது தெளிவாகத் தெரிந்தது. எஜமானனுடைய குரல் பக்கின் செவிகளில் மின்சாரம்போல் புகுந்து பெரிய அதிர்ச்சியை உண்டாக்கிற்று. அது தாவி எழுந்து ஆற்றின் எதிராகக் கரையில் ஓடிற்று; கழுத்தில் கயிற்றோடு முன்னால் ஆற்றிற்குள் பாய்ந்த இடத்திற்குச் சென்று நின்றது. ஹான்ஸும் பீட்டும் அதைப் பின்தொடர்ந்து வேகமாக வந்தார்கள்.

மறுபடியும் அதன் கழுத்திலே கயிற்றைக் கட்டினார்கள். பக் வெள்ளத்திலே பாய்ந்தது. இந்தத் தடவை ஆற்றின் குறுக்கே நேராக அது நீந்திச்செல்ல முயன்றது. முன்னால் ஒருமுறை அது தவறிவிட்டது. மறுமுறை தவறுமா? ஹான்ஸ் கயிற்றை விட்டுக் கொண்டே இருந்தான். பீட் சுருணையிலிருந்து கயிற்றை ஒழுங்காகப் பிரித்துவிட்டான். பக் நீந்தி நீந்தித் தார்ன்டன் இருக்குமிடத்திற்கு மேலாகவே சரியாகச் சென்றது. அவனோடு ஒரே நேர்க்கோட்டில் இருப்பதைக் கண்டு பக் மிகுந்த வேகத்துடன் தார்ன்டனை நோக்கி வெள்ளத்தோடேயே சென்றது. தார்ன்டனும் அதைக் கவனித்தான். வெள்ளத்தின் வேகத்தால் பக் தார்ன்டன் மேலேயே மோதிற்று. தார்ன்டன் பாறையை விட்டு விட்டு பக்கின் கழுத்தைத் தன் இரு கைகளினாலும் கோத்துப் பிடித்துக்கொண்டான். ஹான்ஸ் ஒரு மரத்தில் கயிற்றைச் சுற்றிப்பிடித்தான். அதனால் பக்கையும், தார்ன்டனையும் வெள்ளம் கரையை நோக்கித் தள்ளிற்று. மூச்சுத்திணறியும் பாறைகளின் மேல் மோதியும் நாயின் மேல் மனிதனும் மனிதன் மேல் நாயுமாகப் புரண்டும் கடைசியாகத் தார்ன்டனும் பக்கும் கரையை அடைந்தனர். தார்ன்டனை ஒரு பெரிய மரக்கட்டையின்மேல் குப்புறப் படுக்க வைத்து ஹான்ஸும், பீட்டும் முன்னும் பின்னுமாக வேகமாகக் குலுக்கினர். அவனுக்கு நல்லுணர்வு பிறந்ததும் பக்கைப் பற்றித்தான் முதலில் கவனித்தான். அது உயிரற்றதுபோலக் கிடந்தது. அதைக் கண்டு நிக் ஊளையிட்டது. ஸ்கீட் அதன் முகத்தையும், மூடிய கண்களையும் நாவினால் நக்கிற்று. தார்ன்டனுக்குப் பல இடங்களில் காயமேற்பட்டிருந்தது. அவற்றைப் பொருட்படுத்தாமல் அவன் பக்கின் உடம்பை நன்றாகத் தடவிப்பார்த்தான். அதன் விலா எலும்புகள் மூன்று முறிந்திருந்தன. பிறகு மெதுவாக பக் சுயஉணர்வு பெற்றது. "நாம்

கொஞ்ச நாட்களுக்கு இங்கேயே முகாம் போட்டாக வேண்டும்” என்று தார்ன்டன் கூறினான். முறிந்துபோன விலா எலும்புகள் மறுபடியும் ஒன்றுகூடி பக் நன்றாகப் பிரயாணம் செய்யக் கூடிய நிலைமையை எய்தும்வரை அவர்கள் அங்கேயே தங்கினார்கள்.

அடுத்த மாரிக்காலத்தில் அவர்கள் டாஸனிலிருந்தபோது பக் மற்றோர் அரிய காரியத்தைச் சாதித்தது. அந்தச் செயல் வீரம் செறிந்ததாக இல்லாவிடினும் பக்குக்கும் மிகுந்த புகழைத் தந்தது. அதனால் மூன்று கூட்டாளிகளும் மிகுந்த மகிழ்ச்சி அடைந்தனர். அதன் மூலமாக அவர்களுடைய நெடுங்கால ஆசை நிறை வேறலாயிற்று. சுரங்கக்கனிகளை நாடி யாரும் இதுவரையில் கிழக்குப் பிரதேசத்திற்குச் செல்லவில்லை. அங்கே போவதற்கு அவர்களுக்கு அதனால் வசதி ஏற்பட்டது.

எல்டராடோ உணவுவிடுதியிலே பல பேர் பேசிக் கொண்டிருந் தார்கள். ஒவ்வொருவரும் தனக்குப் பிடித்தமான நாய்களைப்பற்றி வெகுவாகப் புகழ்ந்து பேசினர். பக்கைக் குறித்தும் அங்கே பேச்செழுந்தது. தார்ன்டன் அதைப் பெரிதும் ஆதரித்துப் பேசலானான். அரை மணி நேரம் இவ்வாறு பேசிக்கொண்டிருந்த பிறகு ஒருவன் தன்னுடைய நாய் ஐநூறு ராத்தல் சுமையோடு சறுக்கு வண்டியை இழுத்துக்கொண்டு போகும் என்று கூறினான் மற்றொருவன் தன்னுடைய நாய் அறுநூறு ராத்தல் சுமையை இழுக்கும் என்று பெருமை அடித்தான். மற்றொருவன் தன்னுடைய நாய் எழுநூறு ராத்தல் சுமையை இழுக்கும் என்றான்.

“சே, இவ்வளவுதானா? ஆயிரம் ராத்தல் சுமையை வண்டியில் வைத்து நிறுத்தினால் பக் அதை இழுத்துக்கொண்டு போய்விடும்” என்றான் ஜான் தார்ன்டன்.

“நிற்கும் வண்டியை அது அசைத்து நகர்த்திவிடுமா? மேலும் நூறு கஜத்திற்கு அந்த வண்டியை இழுத்துக்கொண்டும் போகுமா?” என்று மத்தேயுஸன் கேட்டான். அவன் ‘பொனான்ஸா’ ராஜா அவன் தொட்டதெல்லாம் தங்கமாகும். அவன்தான் தன்னுடைய நாய் எழுநூறு ராத்தல் சுமையை இழுக்கும் என்று கூறியவன்.

“ஓ! நிற்கும் வண்டியை அசைத்து நகர்த்தி நூறு கஜத்திற்கு இழுத்துக் கொண்டுபோய்விடும்” என்று ஜான் தார்ன்டன் அமைதியாய்க் கூறினான்.

“அப்படியா? பக் அப்படி இழுக்க முடியாதென்று நான் ஆயிரம் டாலர் பந்தயம் கட்டுகிறேன். இதோ பணம்” என்று மத்தேயுஸன் எல்லோரும் கேட்கும்படியாய் நிதானமாக அழுத்தம் திருத்தமாகச் சொன்னான்; அவ்வாறு சொல்லிக்கொண்டே ஒரு சிறிய தங்கத்தூள் மூட்டையை எடுத்து முன்னால் போட்டான்.

யாரும் பேசவில்லை. தார்ன்டன் சொன்னது வெறும் கதைதான். வாயில் வந்தவாறு சற்றும் யோசியாமல் அவன் பேசிவிட்டான். ஆயிரம் ராத்தல் சுமை உடைய வண்டியை இடம்விட்டு நகர்த்தி, பக் இழுக்குமா என்று அவனுக்குத் தெரியாது. ஆயிரம் ராத்தல்கள்! அந்தப் பாரத்தை நினைக்கும்போதே அவனுக்குத் திகில் உண்டாயிற்று. பக்கின் வல்லமையில் அவனுக்கு முழு நம்பிக்கை உண்டு. எவ்வளவு பெரிய சுமையையும் அது நகர்த்தி இழுக்கும் என்று அவன் பல தடவை நினைத்ததும் உண்டு. ஆனால், அவ்வளவு பெரிய பளுவை இழுக்கவேண்டிய நிலைமை ஏற்படும் என்று அவன் எதிர்பார்த்ததில்லை. பத்துப் பன்னிரெண்டு பேர் மௌனமாக நின்று அவனை உற்றுப்பார்த்துக் கொண்டிருந் தனர். மேலும், அவனிடத்திலே ஆயிரம் டாலர்கள் கிடையாது; ஹான்ஸ், பீட் ஆகிய இருவரிடமும் கிடையாது.

“ஐம்பது ராத்தல் சுமையுள்ள மாவுமூட்டைகள் இருபது என் சறுக்கு வண்டியிலே இருக்கின்றன. வண்டி வெளியே நிற்கிறது. அதனால் அதைப்பற்றி இடைஞ்சல் இல்லை” என்று மத்தேயுஸன் உடைத்துப்பேசினான்.

தார்ன்டன் பதில் கூறவில்லை. அவனுக்கு என்ன சொல்வ தென்று தெரியவில்லை. சிந்தனாசக்தியை இழந்து அதை மறுபடியும் பெறுவதற்கு முயல்கிறவன்போல அவன் ஒவ்வொரு வருடைய முகத்தையும் பார்த்தான். மாஸ்டோடன் ராஜாவாகிய ஜிம் ஓப்ரியன் என்பவன் தார்ன்டனுக்குப் பழமையான தோழன். அவன் அங்கே நிற்பதைத் தார்ன்டன் கண்டான். அவனைப் பார்த்த உடனே தார்ன்டனுக்கு என்ன செய்வதென்று உதய மாயிற்று.

“எனக்கு ஆயிரம் டாலர் கடன் கொடுப்பாயா?” என்று அவனிடம் மெதுவாகக் கேட்டான்.

“கட்டாயம் கொடுப்பேன். உன்னுடைய நாய் இந்தக் காரியத்தைச் செய்ய முடியும் என்ற நம்பிக்கை அதிகம் இல்லா விட்டாலும் உனக்காகக் கொடுக்கிறேன்” என்று சொல்லிவிட்டு, மத்தேயுஸன் வைத்த மூட்டைக்குப் பக்கத்திலே ஓப்ரியனும் ஒரு பருத்த மூட்டையை வைத்தான்.

இந்தப் பந்தயத்தைப் பார்க்க மதுபானக்கடையிலிருந்த அனைவரும் வீதிக்கு விரைந்தார்கள். பல கடைக்காரர்களும், மற்றவர்களும் அங்கே கூடினார்கள். அவர்களுக்குள்ளே பந்தயம் கட்டத் தொடங்கினார்கள். சறுக்குவண்டியைச் சுற்றிலும் கம்பளி உடை அணிந்த நூற்றுக்கணக்கான மக்கள் நின்றனர். இரண்டு மணி நேரமாக மத்தேயுஸனுடைய சறுக்குவண்டி ஆயிரம் ராத்தல்

சுமையோடு வீதியில் நின்றுகொண்டிருந்தது. அந்தச் சமயத்தில் குளிர் மிக அதிகம். வெப்பமானி பூஜ்யத்திற்கும் கீழே அறுபது டிகிரி காட்டியது. அதனால் வண்டியின் சறுக்கு வட்டைகள் நன்றாக இறுகிவிடவே அவற்றைச் சுற்றியுள்ள பனிக்கட்டிகள் நன்றாக இறுகிவிட்டன. அந்த வண்டியைப் பக்கால் நகர்த்தவே முடியாது என்று பலர் பந்தயம் கட்டினார்கள். வண்டியை நகர்த்துவதென்றால் பனிக்கட்டியிலிருந்து வட்டைகளை மேலே எடுத்துவிட்ட பிறகா அல்லது பனிக்கட்டியில் பதிந்து இருக்கிற போதே நகர்த்துவதா என்பதைப் பற்றி வாக்குவாதம் ஏற்பட்டது. 'பனிக்கட்டிகளிலிருந்து வட்டைகளை விடுவித்த பிறகுதான் பக்கை வண்டியில் பூட்டி அதை நகர்த்தி இழுக்கச் செய்ய வேண்டும் என்று ஓப்ரியன் வாதாடினான். 'வட்டைகள் பனிக்கட்டிகளில் பதிந்திருக்கும்போதே வண்டியை வெளியேற்றக்கூடாது' என்று மத்தேயுஸன் வற்புறுத்தினான். அங்கு கூடியிருந்த மக்களில் பெரும்பான்மையோர் மத்தேயுஸன் சார்பாகவே தீர்ப்பளித்தார்கள். அதனால் நிலைமை அவனுக்குச் சாதகமாயிற்று. பக்குக்கு எதிராகப் பந்தயப்பணமும் அதிகமாகத் தொடங்கியது. பக் வெற்றி யடையும் என்று யாரும் நினைக்கவில்லை. அதனால் அதன் சார் பாகப் பந்தயம் வைப்பவர்களும் இல்லை. மிகுந்த சந்தேகத்துடனேயே தார்ன்டன் பந்தயத்தில் இறங்கினான். பத்து நாய்கள் பூட்டிய அந்தச் சறுக்கு வண்டியைப் பார்த்ததும் அதை நகர்த்த முடியா தென்றே அவனுக்குத் தோன்றியது. மத்தேயுஸனுக்கு உற்சாகம் பொங்கிக் கொண்டிருந்தது.

"ஒன்றுக்கு மூன்று நான் பந்தயம் வைக்கிறேன். இன்னும் ஆயிரம் டாலர் வைக்க நான் தயார் நீ என்ன சொல்லுகிறாய்?" என்று அவன் தார்ன்டனைக் கேட்டான்.

தார்ன்டனுடைய சந்தேகம் வெட்டவெளிச்சமாக இருந்தது அவனுக்கு ரோசம் பிறந்துவிட்டது. தோல்வியைப் பற்றிக் கருதாமல் அவன் பந்தயத்தில் முனையலானான். ஹான்ஸையும், பீட்டையும் அவன் அருகில் வரவழைத்தான். அவர்களிடம் பணம் கொஞ்சந்தான் இருந்தது. மூவரிடமும் உள்ள பணத்தைச் சேர்த்துப் பார்க்க இருநூறு டாலர்கள் கிடைத்தன. அவைதான் அவர்களுடைய மூலதனம். சற்றும் தயங்காமல் அவற்றைப் பணயம் வைத்தார்கள். மத்தேயுஸன் அறுநூறு டாலர் வைத்தான்.

சறுக்குவண்டியில் பூட்டியிருந்த பத்து நாய்களையும் அவிழ்த்துவிட்டுவிட்டு பக்கை அதில் பூட்டினார்கள். அதற்கும் உற்சாகம் பொங்கிற்று; ஜான் தார்ன்டனுக்காகப் பெரியதொரு காரியம் செய்யவேண்டும் என்று எப்படியோ அது உணர்ந்து கொண்டது. அதன் தோற்றத்தைக் கண்டு எல்லோரும் புகழ்ந்து

பேசினார்கள். அந்தச் சமயத்தில் அது நல்ல கட்டுறுதியோடிருந்தது. அதன் உடம்பிலே அனாவசியமான ஊளைச்சதை ஓரிடத்திலும் கிடையாது. அதன் எடை இப்பொழுது நூற்றைம்பது ராத்தல். அந்த எடையிலே வீணாண பகுதி ஒரு சிறிதும் இல்லை. உடம்பு முழுவதும் முறுக்கேறிய தசைநார்களும் சக்தியும் நிறைந்திருந்தன. அதன் உடம்பில் செறிந்திருந்த உரோமம் பட்டுப்போல் பளபளத்தது. கழுத்திலும் தோள்களிலும் பாதி சிலிர்த்தது போலத்தோன்றிய உரோம வரிசையிலே அதன் சக்தி பொங்கி வழிவது போலக் காணப்பட்டது. அகன்ற மார்பும், உறுதியான முன்னங்கால்களும் அதன் உடம்புக்குத்தக்கவாறு நன்கு அமைந்திருந்தன. எஃகு போன்ற அதன் தசைநார்களைத் தொட்டுப் பார்த்தபிறகு ஒன்றுக்கு மூன்றாக இருந்த பந்தயப் பணம் ஒன்றுக்கு இரண்டாகக் குறையலாயிற்று.

“எண்ணூறு டாலர் விலை கொடுத்து இந்த நாயை நான் வாங்கத் தயார். பந்தயத்திற்கு முன்னாலேயே எனக்குக் கொடுங்கள்” என்று “ஸ்கூக்கும் பென்ச் ராஜா விலை பேச முன்வந்தான்.”

தார்ன்டன் தலையை அசைத்துப் பக்கை விற்க மறுத்தான்; பிறகு பக்கின் அருகிலே சென்றான்.

“நீ தள்ளி நிற்க வேணும்; அதுதான் நியாயம்” என்று மத்தேயுஸன் குறுக்கிட்டான்.

கூட்டம் சற்று விலகி மௌனமாக நின்றது. பணயம் வைக்கிறவர்கள் மட்டும் ஒன்றுக்கு இரண்டு என்று வீணாகக் கூவிக்கொண்டிருந்தனர். பக் மிகவும் வலிமையுள்ள நாய் என்று எல்லோரும் ஒத்துக்கொண்டார்கள்; இருந்தாலும் ஆயிரம் ராத்தல் மூட்டைகள் கொண்ட வண்டியை இழுப்பது முடியாத காரியம் என்று அவர்கள் கருதிப் பணயம் வைக்க விரும்பவில்லை. தார்ன்டன் பக்கின் அருகிற்சென்று முழங்காலிட்டு அமர்ந்தான். இரண்டு கைகளாலும் அதன் தலையைப் பிடித்துக்கொண்டு அதன் கன்னத்தோடு கன்னத்தை வைத்துக்கொண்டான். வழக்கம்போல் அவன் தலையைப்பிடித்து ஆட்டவில்லை; செல்லமாகத் திட்டவுமில்லை. ஆனால் “என்மேல் உனக்கு அன்புண்டல்லவா? பக், அன்புண்டல்லவா?” என்று காதோடு காதாகக் கேட்டான். அதைக் கேட்டதும் ஆர்வத்தோடு பக் முணுமுணுத்தது.

இதை அங்கு நின்றவர்கள் ஆச்சரியத்தோடு கவனித்தனர். ஏதோ மந்திரம் ஓதுவது போல அவர்களுக்குத் தோன்றியது. தார்ன்டன் எழுந்து நின்றதும் பக் அவன் கைகளை வாயினாற் கவ்விப்பிடித்தது. பிறகு மெதுவாகக் கையைவிட்டது. இவ்வாறு

மௌனமாக அது தன் அன்பை வெளிப்படுத்திற்று. பிறகு தார்ன்டன் எட்டத் தள்ளி நின்றுகொண்டான்.

“பக் இனி நீ புறப்பட வேண்டும்” என்றான் அவன்.

திராஸ்வார்கள் கெட்டியாக நிமிரும்படி பக் முன்னால் சென்று, பிறகு கொஞ்சம் அவற்றைத் தளரவிட்டது. நிற்கும் வண்டியை நகர்த்துவதற்கு அதுதான் நல்லமுறை என்று பக் கண்டிருந்தது.

சுற்றிலும் ஒரே நிசப்தம். அந்த நிசப்தத்தைப் பிளந்துகொண்டு தார்ன்டனுடைய குரல் ஓங்கி ஒலித்தது. “ஜீ புறப்படு.”

வலதுபக்கமாகத் திரும்பி ஒரு புறத்துத் திராஸ்வாரில் மட்டும் தனது முழு பலத்தையும் கொடுத்து, பக் முன்னால் தாவிப் பாய்ந்தது. வண்டியிலிருந்த மூட்டைகள் சற்று அசைந்தன. வட்டைகளில் இறுகியிருந்த பனிக்கட்டிகள் உடைந்து நொறுங்கும் அரவம் கேட்டது.

“ஹா” என்று கூவினான் தார்ன்டன்.

இப்பொழுது இடதுபக்கத்துத் திராஸ்வாரில் தனது சக்தியை செலுத்தி மீண்டும் பக் முன்னால் தாவிப்பாய்ந்தது. பனிக்கட்டிகள் மேலும் நொறுங்கின. சறுக்குவட்டைகள் மேலெழுந்தன. இறுகிய பனிக்கட்டிகளை விட்டு வண்டி இடம்பெயர்ந்துவிட்டது. கூடியிருந்த மக்கள் மூச்சு விடாமல் பார்த்திருந்தனர்.

“மஷ், இழு” என்று மேலும் கூவினான் தார்ன்டன்.

துப்பாக்கி வெடிபோல அவனுடைய குரல் ஓங்கி ஒலித்தது. பக் முன்னால் பாய்ந்தது. அதன் உடம்பைக் குறுக்கி நின்று அது பெருமுயற்சி செய்தது. தசைநார்கள் முறுக்கேறின; பளபளப்பான உரோமத்திற்கடியிலே அவைகள் உருண்டு திரண்டன. பக்கின் அகன்ற மார்பு தரையோடு தரையாகப் படிந்தது. கால்கள் பரபரவென்று பனிக்குள்ளே ஊன்றி உந்தின; அவற்றின் வேகத்தால் பெரிய பள்ளங்கள் தோன்றின. சறுக்குவண்டி ஆடியது. அசைந்தது. முன்னால் நகர்வதுபோலத் தோன்றியது. பக்கின் ஒரு கால் வழுக்கிவிட்டது. மறுபடியும் அது முயன்றது. யாரோ ஒருவன் திணறிப்பெருமூச்சுவிட்டான். குலுங்கிக் குலுங்கி வண்டி நகரலாயிற்று. அரை அங்குலம்.... ஓர் அங்குலம்... இரண்டங்குலம்... இப்படி வண்டி நகர்ந்தது. பிறகு குலுங்கி நகருவது மாறி வண்டி ஒழுங்காக முன்னால் மெதுவாகச் செல்லத் தொடங்கியது. அந்த வேகத்தை விட்டுவிடாமல் பக் வண்டி இழுத்தது. வண்டியும் ஒழுங்காகச் செல்லலாயிற்று.

மூச்சுப்பேச்சில்லாமல் அங்குக் கூடியிருந்த மக்கள் இப்பொழுது தாராளமாக மூச்சுவிடலாயினர். வண்டியைத் தொடர்ந்து போய்க்கொண்டே தார்ன்டன் பக்குக்கு உற்சாகமளிக்கும் வகையில் ஏதேதோ கூவினான். குறிப்பிட்ட இடத்தை நோக்கி வண்டி செல்லச்செல்ல உற்சாகமான கோஷங்கள் எழுந்தன. நூறு கஜ தூரத்தையும் வண்டி கடந்ததும் ஒரே மூச்சாக எல்லோரும் ஆரவாரம் செய்தனர். ஒவ்வொருவனும் ஆனந்தக் கூத்தாடினான். மத்தேயுஸனும் அந்த உற்சாகத்தில் பங்கு கொண்டான். தொப்பிகள் வானிலே பறந்தன. ஒருவர் கையை ஒருவர் பிடித்துக் குலுக்கினார்கள். யார் கையைக் குலுக்குவதென்றுகூட யாரும் யோசிக்கவில்லை. அத்தனை உற்சாகம். எங்குப் பார்த்தாலும் ஒரே மகிழ்ச்சி ஆரவாரம்; அர்த்தங்கண்டுகொள்ள முடியாத பேச்சொலி.

தார்ன்டன் பக்கின் அருகிலே அமர்ந்தான்; அதன் தலைமேல் தன் தலையை வைத்தான்; அப்படியே அசைந்தாடினான். அவன் பக்கைச் செல்லமாகத் திட்டுவதையும் அருகிலிருந்தவர்கள் கேட்டார்கள். 'ஸ்கூக்கும் பென்ச்' ராஜா மறுபடியும் விலை பேசத் தொடங்கினான். "ஆயிரம் டாலர் ஐயா ஆயிரம் டாலர். இல்லை, ஆயிரத்து இருநூறு" என்றான் அவன்.

தார்ன்டன் எழுந்துநின்றான்; அவன் கண்களில் கண்ணீர் நிறைந்து தாரைதாரையாக வழிந்தது. "பக்கை விற்க முடியாது; நீ வந்த வழியைப் பார்க்கலாம்" என்று அவன் சொன்னான்.

பக் அவன் கையை வாயில் கவ்விப்பிடித்தது. தார்ன்டன் பக்கோடு சேர்ந்து முன்னும் பின்னும் அசைந்தாடினான். கூடியிருந்தவர்கள் தடம்விட்டு விலகினர். தார்ன்டனுக்கும் பக்குக்கும் உள்ள அன்பிற்கு இடையிலே குறுக்கிட அவர்கள் என்ன மதியற்றவர்களா ?

7

அழைப்பு

ஐந்து நிமிடங்களில் பக் ஜான் தார்ன்டனுக்கு ஆயிரத்து அறுநூறு டாலர் சம்பாதித்துக்கொடுத்தது. அதைக்கொண்டு அவன் தான் கொடுக்க வேண்டிய சில கடன்களைக் கொடுத்து விட்டுத் தன் கூட்டாளிகளோடு கிழக்குப்பிரதேசத்தை நோக்கிப் புறப்பட்டான். முன்னால் அங்கே ஒரு தங்கச்சுரங்கம் இருந்ததாக ஒரு கதை நீண்ட காலமாக வழங்கிவந்தது. அதை நாடிப் பல பேர் சென்றார்கள். ஆனால் யாராலும் அதைக் கண்டுபிடிக்க முடியவில்லை. அதைத் தேடிச் சென்றவர்களில் பலர் திரும்பி வரவேயில்லை. அந்தத் தங்கச்சுரங்கம் ஒரு மர்மமாக இருந்தது. முதலில் அதை யார் கண்டுபிடித்தார்கள் என்று ஒருவருக்கும் தெரியாது. கர்ணபரம்பரையாக வரும் கதையிலும் அதனைப் பற்றி ஒன்றும் தெரியவில்லை. தொடக்கத்திலிருந்தே அங்கு ஒரு பாழடைந்த மரவீடு இருந்தது. சாகுந்தறுவாயில் கூடப் பலபேர் அதைப் பற்றிச் சொல்லியிருக்கிறார்கள். சொல்வதோடல்லாமல் வடநாட்டில் எவரும் கண்டறியாத உயர்ந்த மாற்றுத் தங்கக்கட்டி களைச் சான்றாக வைத்துச்சென்றனர்.

ஆனால் யாரும் அதனருகே சென்று தங்கச்சுரங்கத்தைக் கண்டுபிடிக்க முடியவில்லை. அந்த முயற்சியில் இறந்தவர்களே பலராவர். இவ்வாறு பலர் முயன்று தோல்வி அடைந்திருந்ததாலும் ஜான் தார்ன்டனும், பீட்டும், ஹான்ஸும் அந்த முயற்சியில் ஈடுபட்டுக் கிழக்குப்பிரதேசத்தை நோக்கிச் செல்லலானார்கள். பக்கும், வேறு ஆறு நாய்களும் அவர்களுடன் சென்றன. யூக்கான் ஆற்றுக்கு எதிர்த் திசையில் அவர்கள் சறுக்குவண்டியிலே எழுபது மைல் பிரயாணம் செய்தார்கள்; பிறகு இடது பக்கமாகத் திரும்பி, ஸ்டூவர்ட் ஆற்றின் மேலாக அதன் உற்பத்திஸ்தானத்தை நோக்கிச்சென்றார்கள்.

ஜான் தார்ன்டனுடைய தேவைகள் சொற்பமே. கொடிய கானகத்தைக் கண்டு அவனுக்குச் சற்றும் பயமில்லை. கையில் கொஞ்சம் உப்பையும், ஒரு துப்பாக்கியையும் எடுத்துக்கொண்டு அவன் கானகத்தினிலே புகுந்து இஷ்டம்போல் திரிவான். பிரயாணம் செய்துகொண்டே அவன் உணவை நாடி வேட்டை யாடுவான்; உணவு கிடைக்காவிட்டாலும் அது விரைவில் கிடைக்கும் என்ற நம்பிக்கையோடு செவ்விந்தியனைப் போல – பிரயாணத்தைத் தொடர்ந்து நடத்துவான். இவ்வாறு கிழக்குப்பிரதேசத்திலே அவன்

பிரயாணம் செய்தான். வண்டியிலே துப்பாக்கிக்கு வேண்டிய தோட்டாக்களும், மற்ற கருவிகளுமே இருந்தன. எல்லையற்ற எதிர்காலத்தை நோக்கித் திட்டம் ஒன்றும் இன்றி அவன் பிரயாணம் செய்துகொண்டிருந்தான்.

வேட்டையாடுவதும், மீன்பிடிப்பதும், பழக்கமில்லாத இடங்களில் சுற்றி அலைவதும் பக்குக்கு அளவற்ற களிப்பை உண்டாக்கியது. சில வாரங்களுக்கு அவர்கள் நாள்தோறும் பிரயாணம் செய்துகொண்டிருப்பார்கள்; சில வாரங்களுக்கு அங்குமிங்கும் முகாமிட்டுத் தங்குவார்கள். அந்தச் சமயத்தில் நாய்கள் வேலையின்றித் திரியும். கூட்டாளிகள் மூவரும் உறை பனியின் மேல் தீ உண்டாக்கி, அதன் உதவியால் எண்ணிக்கையற்ற தட்டுகளைக் கழுவிச் சுத்தம் செய்வார்கள். வேட்டை நன்றாகக் கிடைத்தால் வயிறு புடைக்கத் தின்பார்கள்; வேட்டை கிடைக்கா விட்டால் பட்டினி கிடப்பார்கள்.

கோடைக்காலம் வந்தது. மூட்டைகளை நாய்கள் முதுகில் சுமந்து செல்லலாயின. கூட்டாளிகளும் சில சாமான்களை முதுகில் சுமந்து சென்றார்கள். நீலநிறமான மலை ஏரிகளில் படகில் சென்றார்கள். பெயர் தெரியாத பல ஆறுகளின் மேலும் கீழுமாகத் தோணியில் சென்றார்கள். அப்படிச் செல்லுவதற்கு வேண்டிய தோணி களைக் கானகத்தில் உள்ள மரங்களைக்கொண்டு கட்டிக் கொண்டார்கள்.

பல மாதங்கள் கழிந்தன. யாரும் புகுந்தறியாத பிரதேசங்களிலே அவர்கள் அங்குமிங்குமாகச் சென்று கொண்டிருந்தார்கள். கோடையில் வீசும் உறைபனிப்புயலிலும் அவர்கள் சென்றார்கள். நடுநிசியில் தோன்றும் கதிரவனைப் பார்த்துக்கொண்டும் மலை முகடுகளில் ஏறிச்சென்றனர்; குளிரால் நடுங்கினர்; ஈக்களும், கொசுக்களும் நிறைந்த பள்ளத்தாக்குகளிலும் சென்றனர்; பனியாறுகளின் அருகிலும் சென்றனர். இலையுதிர்ப் பருவத்திலே அவர்கள் ஓர் ஏரிப்பிரதேசத்தை அடைந்தனர். அந்தப் பிரதேசம் ஒரே நிசப்தமாக இருந்தது; துயரத்தில் குடியிருப்பதாகவும் தோன்றியது. காட்டுத்தாராக்கள் அங்கே எப்பொழுதோ வந்ததுண்டு. ஆனால், அவர்கள் சென்ற சமயத்தில் அங்கே உயிர்ப்பிராணிகளின் அறிகுறியே தென்படவில்லை. கடுமையான குளிர்க் காற்று வீசிக்கொண்டிருந்தது. ஒதுக்கான இடங்களில் பனிக்கட்டிகள் உருவாகிக்கொண்டிருந்தன. நீர்நிலைகளிலே கரையை நோக்கிவரும் சிற்றலைகளின் அரவம் துயரம் நிறைந்தது போலக் காதில் விழுந்தது.

மேலும், ஒரு குளிர்காலம் முழுவதும் அவர்கள் சுற்றி அலைந்தார்கள். முன்னால் அப்பகுதிக்கு வந்த மனிதர்கள் பனிப்பரப்பிலே உண்டாக்கிய பாதை ஒன்றுமே தெரியவில்லை. பழம்பாதை ஒன்று கானகத்தின் வழியாகச் செல்வதை அவர்கள்

ஒரு சமயத்திலே கண்டார்கள். பாழடைந்த மர வீடு அதன் பக்கத்தில்தான் இருக்குமென்று தோன்றியது. ஆனால், அந்தப் பாதை எங்கே தொடங்குகிறது என்று தெரியவில்லை; எங்கே முடிகிறது என்றும் தெரியவில்லை. அதை யார் உண்டாக்கினார்கள் எதற்காக உண்டாக்கினார்கள் என்பவையெல்லாம் பெரிய மர்மமாக இருந்தன; அவற்றைப்போலவே அந்தப் பாதையும் ஒரு மர்மமாக இருந்தது. மற்றொரு சமயம் அவர்கள் ஒரு பாழடைந்த வேட்டைக்குடிசையைக் கண்டார்கள். அங்குக் கிடந்த ஒரு கந்தலான கம்பளிப் போர்வையினுள்ளே ஒரு வெடிமருந்துத் துப்பாக்கி இருந்ததை ஜான் தார்ன்டன் கண்டுபிடித்தான். வடமேற்குப் பிரதேசத்திலோ முதல் முதலில் மக்கள் புகுந்தபோது ஹட்ஸன் வளைகுடாக் கம்பெனியார் அப்படிப்பட்ட துப்பாக்கி களைப் பயன்படுத்தினார்கள் என்று அவனுக்குத் தெரியும். அந்தக் காலத்தில் அந்தத் துப்பாக்கி மதிப்பு அதிகம். அது எவ்வளவு உயரம் இருக்கிறதோ அவ்வளவு உயரத்திற்கு நீர்நாய்களின் தோல் களை அடக்கி அதற்கு விலையாகக் கொடுக்கவும் மக்கள் தயாராக இருந்தனர். அந்தத் தனி இடத்திலே வேட்டைக் குடிசையைக் கட்டி, பிறகு அதிலேயே கம்பளிப் போர்வைக்குள் துப்பாக்கியை விட்டுச் சென்ற மனிதன் யார் என்று அறிந்துகொள்ள ஒருகுறியும் தென்படவில்லை.

மீண்டும் வசந்தகாலம் வந்தது. பல நாள் சுற்றித்திரிந்த பிறகும் அவர்கள் தாங்கள் கேள்விப்பட்ட பாழடைந்த மரவீட்டைக் கண்டுபிடிக்கவில்லை. ஆனால் அவர்கள் ஓர் அகன்ற பள்ளத் தாக்கிலே தங்கப்பொடிகள் கலந்த மணல் நிறைந்த ஓர் ஓடையை அடைந்தார்கள். கலத்தில் அந்த மணலை இட்டுத் தண்ணீரை விட்டு அரித்தெடுத்தால் தங்கப்பொடி அடியிலே தங்கியது. அவர்கள் அங்கேயே தங்கலானார்கள்; தினமும் ஓயாமல் உழைத்தார்கள். ஆயிரக்கணக்கான டாலர் மதிப்புள்ள தங்கத்தூளும், சிறு கட்டிகளும் அவர்களுக்குக் கிடைத்தன. அவற்றையெல்லாம் பனிமான் தோலால் செய்த பைகளில் நிறைத்தார்கள். ஒவ்வொரு மூட்டையிலும் ஐம்பது ராத்தல் இருக்கும்படி கட்டி அவர்கள் தங்குவதற்காக அமைத்துக்கொண்ட மரக்குடிசைக்கு அருகில் அடுக்கி வைத்தார்கள். பூதகணங்கள்போல அவர்கள் வேலை செய்தார்கள். கனவுபோல் நாட்கள் தோன்றி மறைந்தன. அடுக்கடுக்கான மூட்டைகள் உயர்ந்துகொண்டிருந்தன.

தார்ன்டன் வேட்டையாடிக் கொல்லுகின்ற பிராணிகளை இழுத்து வருவதைத் தவிர பக்குக்கு வேறு வேலை இல்லை. தீயின் அருகில் படுத்துக்கொண்டு சிந்தனையில் ஆழ்ந்து அது நேரத்தைப் போக்கும். குட்டையான கால்களும், உடம்பெல்லாம் அடர்ந்த உரோமமும் உடைய மனிதனுடைய தோற்றம் இப்பொழுது வேலை யில்லாத காரணத்தால் அடிக்கடி அதற்கு வந்தது. தீயின் அருகிலே

படுத்துக்கொண்டே பக் அந்த மனிதனோடு வேறோர் உலகத்திலே சஞ்சரித்துக் கொண்டிருந்தது.

அந்த உலகத்தின் முக்கியமான அம்சம் பயம். தீவின் அருகிலே அந்தச் சடைமனிதன் உட்கார்ந்து தனது முழங்கால்களுக்கு மத்தியில் தலையை வைத்துக்கொண்டும், தலைக்கு மேல் கைகளைக் கோத்துக்கொண்டும், உறங்கும்போது திடீர் திடீரென்று திடுக்கிட்டு விழித்தெழுவதையும் பக் கவனித்தது. அப்படி எழுந்ததும் அவன் சுற்றிச் சூழ்ந்திருந்த இருட்டுக்குள்ளே பயத்தோடு கூர்ந்து நோக்குவான்; பிறகு ஏராளமான விறகுக்கட்டைகளைத் தீயில் போடுவான். கடற்கரையிலே நடக்கும்போது சிப்பி மீன்களை அவன் தேடி எடுத்து அப்படியே உண்பான். அந்தச் சமயத்தில் ஏதாவது ஆபத்து வருமோவென்று பயந்து அவன் கண்கள் சுற்றுமுற்றும் கூர்ந்து பார்த்துக் கொண்டிருக்கும்; அவன் கால்கள் ஓட்டம் பிடிப்பதற்குத் தயாராக இருக்கும். அந்தச் சடைமனிதன் கானகத்தின் உள்ளே சிறிதும் சப்தமின்றிப் புகுந்து செல்லுவான்; பக்கும் அவன் அருகிலேயே செல்லும். அந்தச் சடைமனிதன் மரங்களிலே தாவி ஏறுவான்; நிலத்திலே செல்லுவதைப்போலவே வேகமாக ஒரு மரத்தைவிட்டு மற்றொரு மரத்திற்குச் செல்லுவான்; ஒரு கையால் மரத்தின் ஒரு கிளையையும், மற்றொரு கையால் பத்துப்பன்னிரண்டு அடி தூரத்திற்கப்பாலுள்ள மற்றொரு கிளையையும் எட்டிப் பிடிப்பான். அவன் அதில் தவறுவதே இல்லை. நிலத்திலிருப்பது எவ்வளவு வசதியாக இருக்கிறதோ அவ்வளவு வசதியாகவே அவனுக்கு மரத்தில் தங்குவதும் இருந்தது. மரக்கிளைகளைப் பிடித்துக்கொண்டு இரவுவேளைகளில் அந்த மனிதன் உறங்கும்போது மரத்திற்கடியில் இருந்து காவல் காத்த நினைவும் பக்கிற்கு வந்தது.

சடைமனிதன் தோன்றுவதற்கும் கானகத்தின் மத்தியிலிருந்து அழைப்புக்குரல் வருவதற்கும் நெருங்கிய தொடர்பிருந்தது. அந்தக் குரல் பக்கின் அமைதியைக் குலைத்தது; அதற்கு விநோதமான ஆசைகளையும் உண்டாக்கிற்று. ஏதோ ஒருவிதமான களிப்பையும் அது கொடுத்தது; பக்கின் உள்ளத்திலே இனந்தெரியாத கிளர்ச்சிகளும், ஆவல்களும் எழுந்தன. சில சமயங்களில் பக் அந்தக் குரலைத் தேடிக் கானகத்திற்குள்ளே மெதுவாகக் குரைத்துக் கொண்டும், எதிர்ப்புணர்ச்சியோடு உறுமிக்கொண்டும் போய்ப் பார்க்கும்; தண்ணென்றிருக்கும் மரக்காளான்களிலோ, நீண்ட புல் வளரும் கருமையான மண்ணிலோ மூக்கை வைத்துப்பார்க்கும். செழித்த தரையிலிருந்து எழுகின்ற பலவிதமான வாசனைகளை முகர்ந்து களிப்போடு துள்ளும்; மண்ணில் சாய்ந்து பூசணம் பூத்துக்கிடக்கும் மரங்களின் அடிப்பாகத்தில் மணிக்கணக்காக மறைந்து படுத்துக்கொண்டு சிறிய அசைவுகளையும் கூர்ந்து பார்க்கும். சிறிய அரவங்களையும் செவியில் வாங்கிக்கொள்ளும்.

புரிந்துகொள்ள முடியாத அந்தக் குரலின் முன்னால் திடீரென்று போய்நிற்கக் கருதி அது அவ்வாறு படுத்திருந்ததுபோலும். ஆனால், அது செய்கின்ற பல காரியங்களை எதற்காகச் செய்கிறதென அதற்கே தெரியவில்லை. ஏதோ ஒன்று அவற்றைச் செய்யுமாறு அதைத் தூண்டிக்கொண்டிருந்தது. அதைப் பற்றியெல்லாம் பக் ஆலோசித்துப் பார்க்கவில்லை.

அடக்க முடியாத தூண்டுதல்கள் அதைப் பற்றிக்கொண்டன. பகலின் வெப்பத்திலே அது கூடாரத்திற்குள் படுத்து அமைதியாக உறங்கிக்கொண்டிருக்கும். திடீரென்று அது தலையைத் தூக்கும்; காதுகளை மடித்து எதையோ கூர்ந்து கவனித்துக்கேட்கும்; பாய்ந் தெழுந்து கானகத்துள்ளும் திறந்தவெளிகளிலும் மணிக்கணக்காகச் சுற்றித் திரியும். நீர் வற்றிய ஓடைகளின் வழியாக ஓடிக் கானகத்தில் வாழும் பறவையினங்களை மெதுவாக அணுகி அவற்றைக் கவனிப்பதில் அதற்கு விருப்பமதிகம். கௌதாரிகள் கத்துவதையும், மிடுக்காக நடப்பதையும் கவனித்துக்கொண்டு அது நாள் முழுவதும் சிறு புதர்களிலே படுத்திருக்கும். கோடைக்கால நடுநிசியிலே தோன்றும் மங்கலான அந்தி ஒளியிலே ஓடித்திரிந்து கானகத்தில் எழுகின்ற அடக்கமான அரவத்தைக் கேட்பதிலே அதற்குத் தனிப்பட்ட ஆசையுண்டு. அப்படிக் கேட்டு அந்த அரவத்தின் மூலம் தன்னை உறக்கத்திலும், விழிப்பு நிலையிலும், எப்பொழுதும் "வா வா" என்று அழைக்கின்ற அந்தக் குரலின் பொருளை உணர்ந்துகொள்ள முயலும்.

ஓர் இரவு அது திடுக்கிட்டு எழுந்து நின்றது. அதன் கண்கள் உற்று நோக்கின. மோப்பம் பிடித்துக்கொண்டு நாசித்துவாரங்கள் துடித்தன. கழுத்திலுள்ள ரோமம் அடிக்கடி சிலிர்த்தெழுந்தது. கானகத்திலிருந்து அந்த அழைப்பு முன்னைவிடத் தெளிவாகவும் திட்டமாகவும் வந்தது. நீண்டு ஊளையிடுவது போன்ற குரல் கேட்டது. அதை ஊளையிடுவதென்றுகூடச் சொல்ல முடியாது. எஸ்கிமோ நாய்கள் உண்டாக்கும் சப்தமுமல்ல. ஏதோ ஒருகாலத்தில் பழக்கமாகக் கேட்ட குரல் போல பக்குக்குப் பட்டது. உறங்கிக் கிடக்கும் முகாமைவிட்டு யாதொரு சந்தடியும் செய்யாமல் கானகத்திற்குள்ளே தாவிப் பாய்ந்தது. குரல் எழுந்த இடத்தை அணுக அணுக அது மெதுவாகவும் எச்சரிக்கையாகவும் நடக்கலாயிற்று; அவ்வாறு நடந்து மரங்களுக்கிடையிலேயிருந்த ஒரு வெட்டவெளியை அடைந்தது. அங்கே ஓர் ஒல்லியான ஓநாய் குந்தியமர்ந்து வானத்தைப் பார்த்துக் கொண்டிருப்பதை அது கண்ணுற்றது.

பக் ஒருவிதமான அரவமும் செய்யவில்லை; இருந்தாலும் அந்த ஓநாய் ஊளையிடுவதை நிறுத்திவிட்டு, பக் அங்கிருப்பதை உணர்ந்துகொள்ள முயன்றது. பதுங்கிக்கொண்டும், உடம்பை முறுக்கேற்றிக்கொண்டும், வாலை உயர்த்திக்கொண்டும், கால்களை

மிகக் கவனமாக வைத்துக்கொண்டும் பக் வெட்டவெளிக்குள் சென்றது. அதன் ஒவ்வோர் அசைவிலும் பயமுறுத்தலும், நட்பின் ஆசையும் கலந்து தோன்றின. இரை தேடித்திரியும் காட்டு விலங்குகள் சந்திக்கும்போது இவ்வாறுதான் பரிச்சயம் செய்துகொள்ள முயலும். ஆனால் பக்கைக் கண்டதும் அந்த ஓநாய் பயந்தோடிவிட்டது. அதை அணுக விரும்பி, பக் பின் தொடர்ந்தது. சிற்றோடையின் படுகையிலே அவை ஓடின. ஓரிடத்திலே ஓடை திடீரென்று முடிந்துவிட்டது. அதற்கு மேல் போக வழியில்லாமல் மரங்கள் அடர்ந்திருந்தன. அதனால் அந்த ஓநாய் உறுமிக்கொண்டும், சிலிர்த்துக்கொண்டும், பற்களைக் கடித்துக்கொண்டும் சட்டென்று திரும்பி வரலாயிற்று.

பக் அதை எதிர்த்துத் தாக்கவில்லை; ஆனால் சிநேக பாவத்தோடு சுற்றி வளைத்து வந்தது. ஓநாய்க்குப் பயமும், சந்தேகமும் உண்டாயின. அதைப்போல மூன்று மடங்கு பருமனுள்ளது பக். மேலும் பக்கின் தோளுக்குக் கூட அதன் நிமிர்ந்த தலை எட்டவில்லை. சமயம் பார்த்து அது திடீரென்று மறுபடியும் ஓட்டமெடுத்தது. பக் பின்தொடர்ந்தது. ஓநாய் மெலிந்திருந்ததால் அதைப் பலமுறை பக் சுற்றிவளைத்துக்கொண்டு முன்போலவே நட்பு காட்டத் தொடங்கிற்று. பக் அருகில் வரும்வரையில் ஓநாய் ஓடிப்பார்க்கும்; பிறகு திடீரென்று திரும்பி எதிர்ப்பு காட்டுவதுபோல நடித்துவிட்டு மறுபடியும் ஓடத் தொடங்கும்.

ஆனால், பக் விடாப்பிடியாக முயன்றதால் கடைசியில் அதற்கே வெற்றி கிடைத்தது. அது தீங்கொன்றும் நினைக்கவில்லை என்று ஓநாய்க்குப் புலப்பட்டுவிட்டது; அதனால் ஓநாய் பக்கின் மூக்கோடு மூக்கு வைத்து அன்பு காட்டியது. பிறகு இரண்டும் நேசப்பான்மையோடு விளையாடின; காட்டுவிலங்குகள் தங்கள் கொடுந்தன்மையை மறைத்துக்கொண்டு விளையாடுவதுபோல விளையாடின. கொஞ்ச நேரத்திற்குப்பிறகு ஓநாய் எங்கோ போகக் கருதியதுபோலப் புறப்பட்டு மெதுவாக ஓடலாயிற்று; பக்கும் அதனுடன் வரவேண்டும் என்பது அதன் விருப்பம் என்பதையும் தெளிவாக வெளிப்படுத்தியது. மங்கிய ஒளியிலே அவையிரண்டும் பக்கம் பக்கமாக ஒரே வரிசையில் ஓடின; ஓடையின் எதிர்ப்புறமாக அதன் உற்பத்திஸ்தானத்தை நோக்கிச்சென்று ஒரு சிறு குன்றின் மேற்பகுதியை அவை அடைந்தன.

அதன் மறுபுறத்திலே சமதரையான ஒரு பிரதேசத்தில் பெரிய பெரிய காடுகளும், பல ஓடைகளுமிருந்தன. மணிக்கணக்காக அவையிரண்டும் அந்தக் காடுகளின் வழியாக ஓடின. சூரியன் வானில் உயர்ந்துகொண்டிருந்தான்; பகலின் வெப்பமும் அதிகரிக்கலாயிற்று. பக்குக்குப் பெருங்களிப்பு. கானகத்திலிருந்து வந்துகொண்டிருந்த அழைப்பை ஏற்று, அதை நாடித் தனது

கானகத்து உடன்பிறப்போடு சேர்ந்து செல்வதாக அது உணர்ந்தது. பழைய நினைவுகள் எல்லாம் வேகமாக மேலெழுந்தன. முன்பெல்லாம் தன்னைச் சுற்றியிருக்கும் உலக வாழ்க்கைக்கு ஏற்றவாறு உள்ளத்திலே அது கிளர்ச்சி பெற்றதுபோலவே இப்பொழுது அந்த வாழ்க்கையின் நிழல்களாயிருந்த பழையநினைவு களால் கிளர்ச்சி பெற்றது. பழைய நினைவுகளிலே மங்கலாகத் தோன்றிய உலகத்திலே அது முன்னொரு காலத்தில் ஓடித்திரிந் திருக்கிறது. அகன்ற வானத்திற்கடியிலே கட்டற்ற மண்ணிலே அது இப்பொழுது மீண்டும் ஓடிக்கொண்டிருக்கிறது.

தண்ணீர் ஓடுகின்ற ஓர் ஓடையைக் கண்டதும் அவை தாகத்தைத் தணித்துக்கொள்ள நின்றன. உடனே பக்குக்குத் தார்ன்டனின் நினைவு வந்தது. அது கீழே அமர்ந்தது. அழைப்பு வந்த இடத்தை நோக்கி ஓநாய் ஓடிற்று; கொஞ்ச தூரம் சென்றபின் திரும்பி வந்து பக்கின் மூக்கோடு மூக்கு வைத்து அதையும் தன்னுடன் வரும்படி தூண்டிற்று. ஆனால் பக் மறுபுறம் திரும்பி வந்த வழியிலேயே மெதுவாகச் செல்லத் தொடங்கியது. சுமார் ஒரு மணிநேரம் வரையில் ஓநாய் அதனுடனேயே ஏதோ முணுமுணுத்துக் கொண்டே வந்தது. பிறகு அது தரையில் அமர்ந்து வானை நோக்கி ஊளையிடத்தொடங்கியது. துயரம் நிரம்பியதாக அதன் குரல் ஒலித்தது. பக் அங்கே நிற்காமல் திரும்பிவந்துகொண்டே இருந்தது. ஓநாயின் துயரக்குரல் தூரத்திலே மெதுவாகக் குறைந்து கடைசியில் செவிகளுக்கே எட்டாமற்போயிற்று.

இரவு நேரத்தில் முகாமுக்குள் பக் நுழைந்தபோது ஜான் தார்ன்டன் உணவருந்திக்கொண்டிருந்தான். அன்பின் வேகத்தால் தூண்டப்பட்டு, பக் அவன் மேல் பாய்ந்து, அவனைக் கீழே விழச்செய்து, அவனுடைய முகத்தை நக்கத்தொடங்கிற்று; வழக்கம்போல் கையைப்பிடித்துக் கடிக்கவும் செய்தது. ஜான் தார்ன்டன் அதைச் செல்லமாகத் திட்டிக்கொண்டே அதன் தலையைப் பிடித்து முன்னும் பின்னும் ஆட்டத் தொடங்கினான்.

இரண்டு நாள் இரவும்பகலும் பக் முகாமைவிட்டு வெளியேறவு மில்லை; தார்ன்டனுடைய பார்வையிலிருந்து அப்பாற் செல்லவு மில்லை. அவன் வேலை செய்யும்போதும் உணவருந்தும் போதும், இரவிலே கம்பளியால் போர்த்துக்கொண்டு உறங்கும் போதும் உறங்கி எழுந்திருக்கும்போதும் அவனருகிலேயே இருந்தது. ஆனால் இரண்டு நாட்களுக்குப்பிறகு கானகத்திலிருந்து மீண்டும் அந்தக் குரலின் அழைப்பு முன்னைக் காட்டிலும் கம்பீரமாக ஒலித்தது. பக் மீண்டும் அமைதியை இழந்தது. ஓநாயின் நினைவும், காடுகளின் வழியாக ஓநாயோடு ஓடிக்கொண்டிருந்த நினைவும் சதா வரலாயின. மீண்டும் அது கானகத்திற்குள் புகுந்து திரியத் தொடங்கியது; ஆனால் அந்த ஓநாய் மீண்டும் அதனிடம்

வரவில்லை. பக் எவ்வளவோ கூர்ந்து கவனித்தும் ஓநாயின் துயரக்குரலும் காதில் விழவில்லை.

முகாமைவிட்டு நீங்கித்தொடர்ந்து பல நாட்கள் வெளியில் சுற்றித்திரியவும், இரவிலே வெளியிலே உறங்கவும் அது தொடங்கியது. ஒரு தடவை அது மீண்டும் அந்தக் குன்றைக் கடந்து அதன் மறுபுறத்திலுள்ள ஓடைகளின் அருகிலும் காடுகளில் புகுந்தும் சுற்றிற்று. அந்த ஓநாயைத்தேடி அது ஒரு வாரம் வரையிலும் வீணாக அலைந்தது. அப்படி அலையும்போது எதிர்ப்பட்ட பிராணிகளை அது தன் உணவிற்காகக் கொன்றது. கடலிற்சென்று கலக்கும் ஒருபெரிய ஓடையிலே அது சால்மன் மீனை நாடி வேட்டையாடிற்று. அந்த ஓடையிலே மீனை நாடி வந்த ஒரு பெரிய கருங்கரடியை ஆயிரக்கணக்கான கொசுக்கள் சூழ்ந்து கொண்டு அதன் கண்களை மறைக்கவே, அது செய்வதையறியாமல் பயங்கரமாகக் சீறிக்கொண்டு, காட்டின் வழியாக ஓட்டமெடுத்தது. அதை பக் கொன்றுவிட்டது. அப்படிக் கொல்வதற்கு முன்னால் அதனுடன் பலத்த சண்டையிட வேண்டியிருந்தது. அந்தச் சண்டையிலே மூர்க்கத்தனமெல்லாம் வெளிப்பட்டது. தான் கொன்ற கரடியைத் தின்பதற்காக இரண்டு நாட்கள் கழித்து, பக் மீண்டும் அந்த இடத்திற்கு வந்தது. அங்கே பத்துப்பன்னிரண்டு சிறுபிராணிகள் கரடியைக் கடித்துத் தின்பதற்காகத் தமக்குள் சண்டையிட்டுக் கொண்டிருந்தன. அவற்றையெல்லாம் பக் ஒரு நொடியில் சிதறியடித்தது. அவற்றில் இரண்டு அங்கேயே பிணமாயின.

பக்குக்கு இரத்தவெறி முன்னைவிட அதிகரிக்கத் தொடங்கியது. அது இப்பொழுது தனியாக நின்று தனது பலத்தால் மற்ற பிராணிகளைக் கொன்றது; பசியெடுத்தபோது அவற்றைத் தின்றது. வலிமையாலேயே வாழக்கூடிய அந்தச் சூழ்நிலையிலே அது வெற்றியோடு வாழ்ந்தது. அதனால் அதற்குத் தன்னைப்பற்றியே ஒரு பெருமிதம் ஏற்பட்டது. அந்தப் பெருமிதம் அதன் உடம்பின் எல்லாப் பாகங்களிலும் வெளியாயிற்று. அதனுடைய அசைவுகளிலும், அதன் தசைநார்களின் நெளிவுகளிலும் அதன் மிடுக்கான தோற்றத்திலும் அந்தப் பெருமிதம் தோன்றியது. அதன் உடம்பிலுள்ள பளபளப்பான உரோமச்செறிவிற்கும், அது மிகுந்த பிரகாசத்தைத் தந்தது. அதன் மூக்கிற்கருகிலும், கண்களுக்கு மேலும் தோன்றும் பழுப்புநிறமும், நெஞ்சின் நடுப்பகுதியிலே உள்ள வெண்மையான உரோமத்தாரையும் இல்லாவிட்டால் அதை ஒரு மிகப்பெரிய ஓநாய் என்றே கருத வேண்டும். செயின்ட் பெர்னார்டு இனத்தைச் சேர்ந்த தந்தை வழியாக அதற்குப் பருமனும், கனமும் கிடைத்தன. பட்டி நாயான அதன் தாய் வழியாக அந்தப் பெரிய உடம்பிற்கு நல்ல தோற்றம் அமைந்தது. ஓநாயின் முகத்தைப் போல அதன் முகம் நீண்டிருந்தது; ஆனால் எந்த ஓநாயின் முகமும்

அவ்வளவு பெரியதாக இருக்கவில்லை. அதன் தலையும் ஓநாயின் தலையைப் போலவே இருப்பினும் அளவில் கொஞ்சம் பெரியது. ஓநாய்க்குள்ள தந்திரமும் அதற்குண்டு. பட்டி நாயின் புத்திக் கூர்மையும், செயின்ட் பெர்னார்டு நாயின் புத்திக்கூர்மையும் சேர்ந்து அதற்கு அமைந்திருந்தன. மிகப்பலவான அதன் அனுபவங்களும் இவற்றோடு சேர்ந்து அதை மிகப் பயங்கரமானதாகச் செய்துவிட்டன. நல்ல பச்சை இறைச்சியைத் தின்று கொண்டு அது தன் வாழ்க்கையின் சிறந்த பருவத்திலே சுறுசுறுப்பும், வீரியமும், ஆண்மையும் பொங்க விளங்கிற்று. மூளையும், உடம்பும், நரம்புகளும், தசைநார்களும், உடம்பின் எல்லாப்பாகங்களும் சரியான உரம் பெற்றிருந்தன. உடம்பின் எல்லாப் பகுதிகளுக்கு மிடையிலும் ஒரு சம நிலையும், பொருத்தமும் இருந்தன. கண்ணில் தோன்றும் காட்சிகள், செவிகளில் புலனாகும் ஒலிகள், உடனே கவனிக்க வேண்டிய மற்ற நிகழ்ச்சிகள் ஆகிய அனைத்திற்கும் ஏற்றவாறு அது மின்னல் வேகத்தில் செயல்புரிந்தது. மற்றொரு பிராணி எதிர்த்துத் தாக்கும்போது தன்னைக் காத்துக்கொள்ளவும், அல்லது தானே எதிர்த்துச்செல்லவும் எஸ்கிமோ நாய் எவ்வளவு வேகமாகப் பாயுமோ அதைப்போல் இரண்டு மடங்கு வேகத்தில் அது பாய்ந்தது. வேறொரு நாய் ஒரு காட்சியைக் காண்பதற்கும் அல்லது ஒரு சப்தத்தைக் காதில் வாங்கிக் கொள்வதற்கும் எடுத்துக் கொள்ளும் நேரத்தைவிட மிகச்சிறிய நேரத்தில் அது அவற்றை அறிந்து கொண்டதோடு என்ன செய்வதென்று தீர்மானித்துச் செயல்புரியும். பார்ப்பதும், தீர்மானிப்பதும், ஏற்ற செயல்புரிவதும், தொடர்ந்து நடக்கும் மூன்று தனிப்பட்ட செயல்களாயினும் பக் அவற்றை வெகு விரைவில் செய்து முடிப்பதால் அவை ஒரே கணத்தில் நிகழ்வன போலத் தோன்றின. அதன் தசைநார்களிலே உயிர்ச்சக்தி ததும்பியது. அதனால் அத்தசைநார்கள் எஃகுச் சுருள்கள்போல வேகமாகச் செயலில் ஈடுபட்டன. வாழ்க்கைச் சக்தியே அதற்குள் பெருவெள்ளமாகப் பாய்ந்துகொண்டிருந்தது. அந்தச் சக்தி அதனுள்ளிருந்து வெளிப்பட்டு உலகமெல்லாம் பரவுமோ என்று சொல்லும்படியாக அவ்வளவு கிளர்ச்சியோடிருந்தது.

ஒருநாள் பக் முகாமைவிட்டு வெளியே கிளம்பும்போது கூட்டாளிகள் மூவரும் அதைக் கவனித்துக் கொண்டிருந்தார்கள். "இதைப்போல ஒரு நாயும் கிடையாது," என்று தார்ன்டன் சொன்னான்.

"பக்கை உருவாக்கியதும் அந்த அச்சே உடைந்துபோயிருக்க வேண்டும்" என்று பீட் கூறினான்.

"நானும் அப்படித்தான் நினைக்கிறேன்" என்று அறுதியிட்டுக் கூறினான் ஹான்ஸ்.

முகாமைவிட்டு அது வெளியேறியதை அவர்கள் பார்த்தார்கள். ஆனால் கானகத்தின் மறைவிடத்தை அடைந்ததும் அதனிடத்தில் உண்டாகும் பயங்கரமான மாறுதலை அவர்கள் கண்டதில்லை. கானகம் சென்றதும் அது காட்டுவிலங்காக மாறிவிடும்; மர நிழல்களுக்கிடையில் மறைந்தும், வெளிப்பட்டும் பூனை போல அது மெதுவாகச் செல்லத்தொடங்கும். ஒவ்வொரு சிறிய ஒளியிடத்தையும் எப்படிப் பயன்படுத்திக் கொள்வதென்று அதற்குத் தெரியும். பாம்பைப் போல மிஞ்சினால் ஊர்ந்து செல்லவும் பாம்பைப் போலவே தாவித் தாக்கவும் அதற்குத் தெரியும். சிறு பறவையை அதன் கூட்டிலிருந்தே பிடித்துவிடும்; உறங்கும் குழிமுயலிடம் மெதுவாகச் சென்று அதைக் கொல்லும்; மரத்தை நோக்கித் தாவியோடுவதில் சிறிது காலதாமதம் செய்துவிட்ட பனிப்பிரதேச அணில்களை அவை தாவும்போதே பற்றிக்கொள்ளும். ஏரிகளிலுள்ள மீன்களும் அதற்குத் தப்புவது அருமை; சப்தமின்றிச் சென்று அணைகட்டும் நீர் நாய்களையும் பாய்ந்து பிடிக்கும். அது வீணாகக் கொல்லாது; பசியை ஆற்றிக் கொள்ளவே கொல்லும். தானே கொன்ற பிராணிகளைப் புசிக்கவே அது விரும்பிற்று. சில சமயங்களில் அணில்களைப் பிடிப்பது போலச் சென்று பிறகு விட்டுவிடும்; அணில்கள் பயத்தால் கீச்கீச்சென்று ஒலியெழுப்பிக் கொண்டு மரத்தின் உச்சிக்கு ஏறும். பக்குக்கு இது ஒரு விளையாட்டு.

அந்த ஆண்டின் இலையுதிர் காலத்திலே குளிர்காலத்தின் கொடுமையைத் தவிர்க்க பனிமான்கள் ஏராளமாகக் கீழ்ப் பகுதியிலுள்ள பள்ளத்தாக்குகளுக்கு வந்தன. சற்று முதிர்ந்த பனிமான் கன்றொன்றை முன்பே பக் வேட்டையாடி வீழ்த்தியிருக்கிறது. ஆனால் பெரிய பனிமானையே வேட்டையாட வேண்டுமென்ற ஆசை அதற்குண்டு. ஓடையின் மேற்பகுதியில் உள்ள பாறையில் ஒருநாள் அதற்கு ஒரு சந்தர்ப்பம் கிடைத்தது. ஓடைகளும், காடுகளும் நிறைந்த நிலப்பகுதியை விட்டு இருபது பனிமான்கள் ஒரு கூட்டமாக அங்கு வந்தன. அவற்றுள் முக்கியமானது ஒரு பெரிய கடாவாகும். ஆறடி உயரத்திற்கும் மேற்பட்டுத் தோன்றிய அது மிகுந்த கோபத்தோடு இருந்தது. பக்குக்குச் சரியான எதிரிதான் அது. கையை விரித்து வைத்ததுபோல விரிந்திருக்கும் பெரிய கொம்புகளை அது ஆட்டிக் கொண்டிருந்தது. கொம்புகளிலே பதினான்கு கிளைகளிருந்தன. அவற்றின் நுனிகளுக்கிடையிலே ஏழடி தூரமிருந்தது. அந்தக் கடாவின் சிறிய கண்கள் கொடூரமான ஒளியோடு பிரகாசித்தன. பக்கைக் கண்டதும் அந்தக் கடா சீற்றத்தோடு கர்ஜித்தது.

அதன் விலாப்புறத்தில் பாய்ந்திருந்த ஓர் அம்பின் பின்பகுதி வெளியே நீட்டிக்கொண்டிருந்தது; அந்த அம்பு பாய்ந்திருப்பதால்தான் கடாவுக்கு அத்தனை கோபம். ஆதி உலகத்திலே வேட்டையாடிப்

பெற்ற இயல்பூக்கம் தூண்டவே, பக் அந்தக் கடாவை மட்டும் மான் கூட்டத்திலிருந்து பிரிக்க முதலில் முயன்றது. அது எளிதான காரியமல்ல. கடாவின் கொம்புகளுக்கும் ஒரே உதையில் உயிரை வாங்கக்கூடிய அகன்ற குளம்புகளுக்கும் சிக்காத தூரத்தில் பக் நின்றுகொண்டு ஆடிக் குரைக்கும். அதன் கோரைப்பல்லுக்குப் பயந்து கடாமான் மறுபக்கம் திரும்பிப்போக முடியாமல் மிகுந்த சீற்றங்கொள்ளும்; பக்கின் மீது பாயவரும். தப்பியோட முடியாமல் தவிப்பதுபோலப் பாசாங்கு செய்துகொண்டு, பக் தந்திரமாகச் சற்றுப் பின்வாங்கிச் சென்று தன்னை எதிர்த்து வரும்படி கடாவுக்கு ஆசை காட்டும். ஆனால் அவ்வாறு அந்தப் பெரிய கடா மற்ற மான்களை விட்டுச் சற்றுப் பிரிந்தவுடனே இரண்டு மூன்று இளங்கடாக்கள் முன்வந்து பக்கைத் தாக்க முன்வரும். அந்தச் சமயத்தில் பெரிய கடா மற்ற மான்களோடு சேர்ந்துவிடும்.

காட்டுவிலங்குகளினிடையே ஒரு வகையான பொறுமை இருக்கிறது. சீவனைப்போலவே அந்தப் பொறுமையும் களைப்பறியாதது; பிடிவாதமுடையது. அந்தப் பொறுமையால் கட்டுண்டே சிலந்திப்பூச்சி அசையாமல் பல மணி நேரம் தனதுகூட்டில் இருக்கின்றது; பாம்பு சுருண்டு படுத்திருக்கின்றது; சிறுத்தைப்புலி ஒளியிடத்தில் பதுங்கி இருக்கின்றது. உணவுக்காகப் பிராணிகளை வேட்டையாடும் உயிரினங்களுக்கே இந்தப் பொறுமை தனிச்சிறப்பாக அமைகின்றது. பக்குக்கும் இந்தப் பொறுமை இருந்தது. அது மான்கூட்டத்தின் அள்ளைப் பக்கமாகச் சென்று மான்களை முன்னேறிச் செல்லவிடாமல் தடுத்தது, இளங்கடாக்களுக்கு எரிச்சல் உண்டாக்கியது. ஓரளவு வளர்ந்த குட்டிகளுடன் கூடிய பெண்மான்களைத் துன்புறுத்தியது; அம்பு பாய்ந்திருந்த கடாவுக்குக் கடுங்கோபத்தால் வெறியே உண்டாகுமாறு செய்தது. இவ்வாறு பாதிநாள் வரையிலும் தொடர்ந்து நடந்தது. எங்கே அவை திரும்பினாலும் பக் காணப்பட்டது. சூறாவளிபோல் மான் கூட்டத்தைச் சுற்றி வந்து எல்லாப் பக்கங்களிலும் தாக்கிற்று; மான்கூட்டத்தோடு சேர்ந்து கொண்ட பெரிய கடாவை மிக விரைவில் தனியாகப் பிரித்தது; இப்படிச் செய்து அந்த மான்களின் பொறுமையையே சோதிக்கலாயிற்று. உணவாக விழும் பிராணிகளின் பொறுமை அதிகமே; ஆனால் அதைவிட அதிகம் அப்பிராணிகளைத் தின்னும் விலங்குகளின் பொறுமை.

பகல் தேய்ந்து போய்ச் சூரியன் வடமேற்கிலே விழுந்த பிறகு இளங்கடாக்கள் அந்தப்பெரிய கடாவின் உதவிக்கு வருவதிலே அதிக விருப்பம் காட்டவில்லை. வளர்ந்துவரும் குளிர்காலமானது மான்களைக் கீழ்ப்பிரதேசங்களுக்குப் போகும்படி துரத்திக் கொண்டிருந்தது. சலிப்பில்லாமல் தாக்கிக்கொண்டிருக்கும் பக்கை உதறித் தள்ளிவிட்டு அவை முன்னோக்கிச் செல்லமுடியாதெனத் தோன்றியது. மேலும் பக்கினால் மான்கூட்டத்துக்கோ, இளங்கடாக்

களுக்கோ ஆபத்தில்லை. அந்தக் கூட்டத்தில் சேர்ந்த ஒரு மானின் உயிர்தான் ஆபத்திலிருந்தது. தமது உயிரைப் பாதுகாத்துக் கொள்வதில் உள்ள ஆர்வம் மற்றோர் உயிரைக் காப்பதில் ஏற்படவில்லை. அதனால் கடைசியில் பெரிய கடாவை விட்டுக் கொடுக்க அவை துணிந்துவிட்டன.

அந்த ஒளி தோன்றியபொழுது மற்ற மான்களெல்லாம் வேகமாக ஓடுவதை அந்தப் பெரிய கடா பார்த்தது. தான் நன்கறிந்த பெண் மான்களும், தான்பெற்ற குட்டிகளும் தனக்குப் பணிந்திருந்த மற்ற கடாக்களும் தன்னை விட்டு ஓடுவதை அது கண்டது. அவற்றைப் பின்தொடர்ந்து அதனால் போக முடியவில்லை. அதன் முன்னால் தாவிக் கோரைப்பற்களைப் பயங்கரமாகக் காட்டிக் கொண்டு, பக் அதைப் போக விடாமல் தடுத்தது. அரை டன்னுக்கு மேல் மூன்று அந்தர் அதிகமாகவே மானின் எடையிருந்தது. பல சண்டைகள் செய்து வெற்றியோடு அது நீண்ட வாழ்க்கை வாழ்ந்தது. ஆனால் கடைசியில் தனது முழங்கால் உயரத்திற்குக் கூட வராத ஒரு பிராணியின் பல்லில் அது சாவைக் கண்டது.

அந்தப் பெரிய கடா தனியாகப் பிரிக்கப்பட்டது முதல் அல்லும் பகலும் பக் அதைவிட்டு நீங்காமல் அருகிலேயே இருந்து அதற்கு ஒரு கணமும் ஓய்வு கிடைக்காதவாறு செய்தது; இளந்தளிர்களையும் தழைகளையும் தின்னவிடாமல் தடுத்தது. இரண்டும் சிறு சிறு ஓடைகளைக் கடந்து சென்றன. அவற்றில் மான் தனது தீராத தாகத்தைத் தணித்துக்கொள்ள முயன்றதால் பக் அதற்கு இடங்கொடுக்கவில்லை. காயம்பட்ட அந்தக் கடா மிகுந்த துயரத்தோடு பல சமயங்களில் வேகமாக ஓடத் தொடங்கும். அப்பொழுதெல்லாம் பக் அதைத் தடுத்துநிறுத்த முயலாமல் அதன் பின்னாலேயே ஓடும். மான் எங்காவது அசையாமல் நிற்கத் தொடங்கினால் பக் அதற்கருகிலேயே தரையில் படுத்துக் கொள்ளும்; புல்லை மேயவோ, தண்ணீர் குடிக்கவோ மான் முயன்றால் அப்பொழுது அதை மூர்க்கத்தோடு தாக்கும்.

மரமாய்க் கிளைத்த கொம்புகளைத் தாங்க முடியாமல் கடா தன் தலையைத் தொங்கவிடலாயிற்று. அதன் ஓட்டமும் குறைந்தது மூக்கைத் தரையில் வைத்துக்கொண்டும், காதுகளைச் சோர்வோடு தொங்கவிட்டுக்கொண்டும் நீண்ட காலம் தொடர்ந்து நின்றது. பக்கிற்கு நீர் அருந்தவும், ஓய்வு கொள்ளவும் இப்போது அதிக நேரம் கிடைத்தது. சிவந்த நாக்கைத் தொங்கவிட்டுக் கொண்டும் கடாவின் மீதே பார்வையைச் செலுத்திக்கொண்டும் இருந்த அந்த வேளைகளில் எங்கும் ஏதோ ஒரு மாறுதல் ஏற்படுவதுபோல பக்குக்குத் தோன்றியது. நிலப்பகுதியிலே ஒரு புதிய எழுச்சி உண்டாவதை அது உணர்ந்தது. பனிமான்கள் அங்கு வந்தது போலவே வேறு வகையான உயிரினங்களும் வரலாயின. அவற்றின்

வருகையால் கானகமும், ஓடையும், வானவெளியும் புதிய துடிப்புக் கொண்டன. பார்த்தோ, ஒலிகளைக் கேட்டோ, மோப்பம் பிடித்தோ இந்த விஷயங்களை பக் உணர்ந்து கொள்ளவில்லை; வேறொரு விதமான நுட்பமான புலனுணர்ச்சியினால் இவை பக்குக்குத் தெரியவந்தன. பக் எதையும் காதால் கேட்கவில்லை; கண்ணாலும் பார்க்கவில்லை; இருந்தாலும் ஒரு மாறுதல் ஏற்பட்டுள்ளதை அது அறிந்துகொண்டது. புதிய நிகழ்ச்சிகள் உருவாகின்றன; பரவுகின்றன என்று அது உணர்ந்தது. கடாவை ஒரு வழியாக முடித்தபிறகு அவற்றையெல்லாம் ஆராயவேண்டும் என்று பக் தீர்மானித்தது.

கடைசியில், பதினான்காம் நாள் முடிவில் பக் அந்தப் பெரிய பனிமான் கடாவை வீழ்த்திவிட்டது; ஒரு பகலும் ஓர் இரவுமாக அதைத் தின்பதும், அதன் அருகிலே படுத்துறங்குவதுமாகக் கழித்தது. வயிறார உண்டு, உறங்கி புதிய பலம்பெற்று அது ஜான் தார்ன்டனை நினைத்து முகாமை நோக்கித் திரும்பிற்று. மணிக்கணக்காக அது மெதுவாக ஓடிற்று. பழக்கமில்லாத பிரதேசத்திலே வழி கண்டுபிடித்துத் திரும்பிச்செல்லுவதில் அதற்கு ஒருவித சிரமமுமிருக்கவில்லை. திசையறிக் கருவியைக் கையில் வைத்திருக்கும் மனிதனும் அதன் சக்திக்கு நாணும்படி அது சரியாக வழிகண்டு சென்றது.

இப்பொழுது வெளிப்படையாகவே அப்படித் திரும்பிச் சென்றுகொண்டிருக்கும்போது நிலப் பகுதியிலே உண்டாகியிருக்கும் புதிய கிளர்ச்சியை பக் மேலும் மேலும் உணரலாயிற்று. கோடைகால முழுவதிலும் இருந்த வாழ்க்கை முறை மாறிப் புதிய வாழ்க்கைமுறை ஏற்பட்டிருந்தது. மனம்போல இந்த மாறுதல் மர்மமும் நுட்பமுமான வகையில் புலப்படாமல் புலப்படலாயிற்று. பறவைகள் அதைப் பற்றிக் குரல் கொடுத்தன; அணில்கள் கீச்சிட்டன; வீசுகின்ற இளங்காற்றும் அதைப் பற்றி முணுமுணுத்தது. பல தடவை பக் நின்று நின்று காலை இளங்காற்றை முகர்ந்து பார்த்தது; புதிய செய்தியைக் கேட்டதுபோல வேகமாக ஓடத் தொடங்கியது. ஏதோ ஒரு தீங்கு நேரிட்டுக் கொண்டிருப்பதாகவோ, அல்லது நேர்ந்துவிட்டதாகவோ ஓர் உணர்ச்சி தோன்றி, அதன் உள்ளத்தை அழுத்தியது. ஓடை உற்பத்தியாகும் பாறையைக் கடந்து பள்ளத்தாக்கின் வழியாகச் செல்ல ஆரம்பித்ததும் அது மிக எச்சரிக்கையோடு ஓடத் தொடங்கியது.

பள்ளத்தாக்கில் மூன்று மைல் வந்ததும் அந்தப் பக்கமாகச் சமீப காலத்தில் யாரோ சென்றுள்ளது போலப் புதிய பாதை யொன்று தென்பட்டது; அதைக் கண்டதும் பக்கின் கழுத்துமயிர் சிலிர்த்தெழுந்தது. ஜான் தார்ன்டனுடைய முகாமை நோக்கி அந்தப் பாதை நேராகச் சென்றது. ஒவ்வொரு நரம்பிலும் துடிப்பேற பக் வேகமாகவும், பதுங்கிப் பதுங்கியும் முன்னேறிச் சென்றது. அங்குக் காணப்பட்ட பற்பல குறிகள் ஏதோ ஒரு கதையைக் கூறின;

ஆனால் அதன் முடிவு தெரியவில்லை. அந்தப் புதியபாதையிலே முன்னால் சென்றவர்களைப்பற்றி அது தன் மூக்கின் உதவியால் மோப்பம் பிடித்து அறியத் தொடங்கிற்று. காட்டிலே ஒரு சிறு ஒலியும் இன்றி அமைதி நிலவுவதையும் அது கவனித்தது. பறவையினங்களையே அங்கு காணோம்.

அணில்கள் ஒளிந்து மறைந்துவிட்டன. காய்ந்துபோன சிறிய மரக்கிளை ஒன்றில் மட்டும் அடிபட்டுத் தட்டையாக நொறுங்கிப் போன ஓர் அணில் மரப்பிசின் போல ஒட்டிக் கொண்டிருந்தது.

நிழல்போல பக் மெதுவாக ஊர்ந்து செல்லும்பொழுது ஏதோ ஒரு வலிமையான சக்தி அதன் மூக்கை ஒருபக்கத்தில் இழுத்தது போலத் தோன்றியது. அந்தப் புதிய மோப்பத்தைப் பிடித்துக் கொண்டே அது ஒரு புதருக்குள்ளே சென்றது. அங்கே நிக் உயிரற்றுக் கிடந்தது. அதன் உடம்பிலே ஓர் அம்பு ஊடுருவிப் பாய்ந்து முனை ஒரு பக்கத்திலும் அடிப்பாகம் ஒரு பக்கத்திலுமாகக் காணப்பட்டது. உடம்பிலே அம்பு பாய்ந்த பிறகு நிக் எப்படியோ தடுமாறி அந்தப் புதருக்குள் வந்து சேர்ந்திருக்கிறது.

நூறு கஜத்திற்கு அப்பால் சறுக்குவண்டி நாய்களில் ஒன்று கிடந்தது. தார்ன்டன் அந்த நாயை டாஸனில் வாங்கினான். புதிய மனிதர்கள் வந்த பாதையிலே படுத்து அந்த நாய் சாகும் தறுவாயில் உயிருக்கு மன்றாடிக் கொண்டிருந்தது. அந்த இடத்தில் நிற்காமல் பக் மேலே சென்றது. முகாமிலிருந்து பல குரல்கள் லேசாக எழுந்தன. இழுத்து இழுத்து ஏதோ ஒரு பாட்டைப் பாடுவதுபோல பல குரல்கள் மேலெழுந்தும் தாழ்ந்தும் கேட்டன. மரஞ்செடிகளை வெட்டி ஒதுக்கிய வெளியிடத்திற்கு அருகிலே பக் தன் மார்பிலேயே ஊர்ந்து சென்று பார்த்தது. அங்கே ஹான்ஸ் கிடந்தான். முள்ளம் பன்றியின் உடல்போல அவன் உடலெல்லாம் அம்புகள் பாய்ந் திருந்தன. அதே சமயத்தில் பக் மரக்குடிசை இருந்த இடத்தைக் கூர்ந்து நோக்கிற்று. அங்குக் கண்ட காட்சி அதன் கழுத்திலும் தோளிலும் உள்ள ரோமத்தை நேராக நிற்கும்படி, சிலிர்க்கச் செய்தது. அடக்க முடியாத கொடுஞ்சீற்றம் சூறாவளிபோல அதன் உள்ளத்திலே எழுந்தது. அது தன்னையறியாமல் வாழ்க்கையிலே கடைசிமுறையாகக் கொடுஞ் சீற்றம் அதன் தந்திரசக்தியையும், புத்திவன்மையையும் உதறித் தள்ளிவிட்டு மேலெழுந்தது. ஜான் தார்ன்டன் மீதுள்ள பேரன்பினால் அது தன்னையே மறந்து விட்டது.

ஓர் அழிந்து கிடந்த மரக்குடிசையைச் சுற்றி செவ்விந்தியர்களின் இனத்தைச் சேர்ந்த ஈஹட் என்ற அநாகரிகக் காட்டுமக்கள் நடனமாடிக் கொண்டிருந்தார்கள். அவர்கள் காதிலே பயங்கரமான கர்ஜனை கேட்டது. அவர்கள் இதுவரை பார்த்தறியாத ஒரு விலங்கு அவர்களின்மேல் பாய்ந்தது. கொடுஞ்சீற்றச் சூறாவளி

போல பக் அவர்களைக் கொன்றொழிக்க வேகமாகப் பாய்ந்தது; முதலில் ஈஹட்டுக்களின் தலைவன் மேல் அது பாய்ந்தது. அவனுடைய குரல்வளையைக் கடித்துக் கிழித்தது. ஊற்றிலிருந்து நீரைப்போல அவனுடைய கழுத்திலுள்ள ரத்தக்குழாய்களிலிருந்து ரத்தம் பீறிட்டெழுந்தது. பிறகு அவனைப் பற்றி நினையாமல் பக் மற்றொரு மனிதன் மேல் பாய்ந்து அவன் குரல்வளையையும் கடித்துக் கிழித்தது. யாராலும் அதைத் தடுக்க முடியவில்லை. அது அவர்களுக்குள்ளே மிகுந்த வேகத்தோடு பாய்ந்து பாய்ந்து பலரைக் கடித்தும், கொன்றும் அதம் செய்து கொண்டிருந்தது. அது மிகுந்த வேகத்தோடு வெவ்வேறு பக்கங்களில் பாய்ந்ததால் அவர்கள் விட்ட அம்பு அதன் மேல் பாயவில்லை. நினைக்கவும் முடியாத வேகத்தோடு அது இடம் விட்டு இடம் பெயர்ந்து கொண்டிருந்த தாலும், அந்தக் காட்டுமனிதர்கள் நெருக்கமாகக் கூடியிருந்ததாலும் பக்குக்கு யாதொரு தீங்கும் நேரவில்லை. அந்த மனிதர்கள் விட்ட அம்புகள் அவர்களிலேயே பலர் மேல் பாயலாயிற்று. இளைஞன் ஒருவன் ஒரு குத்தீட்டியை பக்கின் மேல் வீசி எறிந்தான். அது மற்றொரு ஈஹட்டின் மார்பிலே பாய்ந்து முதுகிலே வெளிப்பட்டுத் தோன்றிற்று. இந்த நிலையில் ஈஹட்டுக்களை ஒரு பெரிய பீதி பிடித்துக்கொண்டது. ஏதோ ஒரு துஷ்டப்பேய் அங்கே தோன்றி யிருப்பதாகக் கூறிக்கொண்டு அவர்கள் பீதியோடு காட்டுக்குள்ளே பயந்தோடினார்கள்.

பேயே உருவெடுத்து வந்தாற்போல பக் அவர்களைத் துரத்திக் கொண்டு சென்று மானை வீழ்த்துவதுபோல அவர்களிற் பலரை வீழ்த்திற்று. ஈஹட்டுக்களுக்கு அது ஒரு பொல்லாத நாளாகும். அவர்கள் நான்கு திசைகளிலும் வெகுதூரத்திற்குச் சிதறி ஓடினார்கள். தப்பிப் பிழைத்தவர்கள் ஒரு வாரத்திற்குப் பிறகுதான் கீழ்ப்பகுதியில் உள்ள ஒரு பள்ளத்தாக்கிலே ஒன்று கூடி யார்யார் இறந்து போனார்கள் என்று கணக்குப் பார்க்கலானார்கள். அவர்களைப் பின்தொடர்ந்து சென்ற பக் வெகுதூரம் ஓடிக் களைப்படைந்து மீண்டும் முகாமிருந்த இடத்திற்குத் திரும்பியது. எதிர்பாராத நிலையில் தாக்கிக் கொல்லப்பட்ட பீட்டின் உடல் கம்பளிப் போர்வைக்குள்ளே கிடப்பதை அது கண்டது. தார்ன்டன் தனியாக நின்று சண்டையிட்டதன் அறிகுறிகள் அங்குத் தரையில் நன்றாகத் தோன்றின. பக் அவற்றைக் கவனமாக மோப்பம் பிடித்துக்கொண்டே சென்று ஓர் ஆழமான குட்டையை அடைந்தது. தலையும் முன்னங்கால்களும் தண்ணீருக்குள் படிந்திருக்க, ஸ்கீட் குட்டையின் விளிம்பிலே உயிரற்றுக்கிடந்தது. கடைசி மூச்சுவரையிலும் அது விசுவாசத்தோடிருந்திருக்கிறது. கலங்கியும் நிறம் மாறியுமிருந்த குட்டை. அதற்குள்ளே கிடப்பதை முற்றிலும் மறைத்துவிட்டது. அதற்குள்ளே ஜான் தார்ன்டன் அமிழ்ந்து கிடந்தான். மோப்பம் பிடித்துக்கொண்டே பக்

தண்ணீருக்குள் சென்றது. ஆனால், தார்ன்டன் குட்டையை விட்டு வெளியேறிப்போனதாக ஓர் அறிகுறியும் தென்படவில்லை.

நாள் முழுவதும் பக் குட்டைக்கருகிலேயே சோர்வோடு ஆழ்ந்த சிந்தனையிலிருந்தது; முகாமைச் சுற்றி அமைதியின்றித் திரிந்தது. அசைவுக்கு முடிவு, ஓய்வு, மறைவு, உயிர்பிரிவு-இதுவே சாவு என்று அதற்குத் தெரியும்; ஜான் தார்ன்டன் இறந்துவிட்டான் என்பதையும் அது தெரிந்துகொண்டது. ஏதோ ஒன்றை இழந்து விட்டதை அது உணர்ந்தது. அதனால் அதன் உள்ளத்திலே பெரிய வெற்றிடம் ஏற்பட்டது. தீராதபசியைப் போல அது மீண்டும் மீண்டும் துன்புறுத்தியது. ஆனால், உணவைக்கொண்டு அந்தப் பசியைப் போக்கிக் கொள்ளவும் முடியாது. ஈஹட்டுக்களின் பிரேதங்களின் அருகில் சென்று பார்க்கும்போது அத்துன்பம் ஒருவாறு மறைந்தது. அப்பொழுதெல்லாம் அதற்கு என்றுமில்லாத ஒரு தனிப்பெருமிதம் ஏற்பட்டது. வேட்டைக்குரிய உயிரினங்களிலே மிகச் சிறந்து விளங்கும் மனிதனையே அது கொன்றுவிட்டது. குறுந்தடி, கோரைப்பல் ஆட்சியை எதிர்த்து அது மனிதனைக் கொன்றிருக்கிறது. பிரேதங்களை அது ஆச்சரியத்தோடு முகர்ந்து பார்த்தது. அவர்கள் மிக எளிதிலே சாவுக்கிரையானார்கள். அவர்களைக் கொல்லுவதைவிட ஓர் எஸ்கிமோநாயைக் கொல்லுவது கடினமான காரியம். அம்புகளும், ஈட்டிகளும், தடிகளும் இல்லாவிட்டால் அவர்கள் ஒரு பொருட்டே அல்ல. அம்புகளும், ஈட்டிகளும், தடிகளும் அவர்கள் கையிலே இல்லை யெனில் இனிமேல் அது அவர்களைக் கண்டு பயப்படாது.

இரவு வந்தது. வானிலே மரங்களுக்கு மேலே முழுநிலா எழுந்தது. மங்கிய பகல்போலத் தோன்றும் அதன் ஒளியிலே உலகம் மூழ்கிக் கிடந்தது. இரவு வந்ததிலிருந்து குட்டையினருகிலே ஆழ்ந்த சிந்தனையிலிருந்த பக் கானகத்தில் தோன்றியுள்ள புதிய வாழ்க்கையின் வளர்ச்சியை உணரலாயிற்று. ஈஹட்டுக்கள் உண்டாக்கிய புதிய வாழ்க்கையல்ல அது. உற்றுக்கேட்டுக் கொண்டும், மோப்பம் பிடித்துக்கொண்டும் பக் எழுந்துசென்றது. வெகு தூரத்திலே ஏதோ ஒன்று குரைக்கும் சப்தம் லேசாகக் கேட்டது. அந்தக் குரலைத் தொடர்ந்து அதைப்போன்ற பல குரல்கள் எழுந்தன. கொஞ்ச நேரத்தில் அந்தக் குரல்கள் அண்மையிலும், உரத்தும் கேட்டன. தனது நினைவிலே நிலை பெற்றிருந்த பழைய உலகத்திலே கேட்கின்ற குரல்கள்போல அவை பக்குக்குத் தோன்றின. வெட்டவெளியின் மையத்திற்குச் சென்று மறுபடியும் உற்றுக் கேட்டது. அதே குரலின் அழைப்புதான். முன்னைவிட மிகுந்த கவர்ச்சியோடும், வற்புறுத்தலோடும் அந்த அழைப்பு ஒலித்தது. அந்த அழைப்பிற்குச் செவிசாய்க்க இப்பொழுது பக் தயாராக இருந்தது. ஜான் தார்ன்டன் இறந்து விட்டான். அவனோடு மனிதஉலகத்தின் கடைசித்தொடர்பும்

அறுந்துவிட்டது. மனிதனும் மனிதஉரிமையும் இப்பொழுது அதைக் கட்டுப்படுத்தவில்லை.

புதிய இடங்களை நாடிவரும் பனிமான்களை ஈஹட்டுக்கள் வேட்டையாடுவதுபோல வேட்டையாடிக்கொண்டு, ஓடைகளும் காடுகளும் நிறைந்த பிரதேசத்தைக் கடந்து பக் பள்ளத்தாக்கிற்கு ஓநாய்க்கூட்டம் ஒன்று வந்துகொண்டிருந்தது. நிலவொளி பொழிந்து கொண்டிருக்கும் வெட்டவெளிக்கு அந்த ஓநாய்கள் வந்து சேர்ந்தன. அதன் மையத்திலே சிலைபோல அசையாமல் ஓநாய்களின் வருகையை எதிர்பார்த்துக்கொண்டு பக் நின்றது. அப்பெரிய உருவம் அசைவற்று நிற்பதைக்கண்டு அவை திகைத்தன. கொஞ்சநேரத்திற்குப் பிறகு அவைகளிலே மிகவும் தைரியமுள்ள ஓர் ஓநாய் பக்கை நோக்கி முன்னால் தாவி வந்தது. மின்னல்வேகத்தில் பக் அதன் மீது மோதி அதன் கழுத்தை ஒடித்தது. பிறகு முன்போல அசையாமல் நின்றது. அடிபட்ட ஓநாய் அதன் பின்னே விழுந்து வலி பொறுக்காமல் புரண்டு கொண்டிருந்தது. பிறகு ஒன்றை ஒன்று தொடர்ந்து மூன்று ஓநாய்கள் பக்கை எதிர்த்தன.

அவை ஒவ்வொன்றும் இரத்தம் பீறிட்டுக்கொண்டும், குரல்வளையும் தோள்களும் கிழிபட்டும் திரும்பி ஓடின. இதைக் கண்டதும் அந்த ஓநாய்க்கூட்டம் முழுவதும் ஒன்றின்மேல் ஒன்று விழுந்துகொண்டு நெருக்கமாக முன்வந்து பக்கைத் தாக்கத் தொடங்கிற்று. பக்கின் அற்புதமான வேகமும், சுறுசுறுப்பும் இந்தச் சமயத்தில் நன்கு உதவின. பின்னங்கால்களைப் பக் நன்றாக ஊன்றிக்கொண்டு எல்லாப் பக்கங்களிலும் சுற்றிச் சுற்றி வேகமாகப் பாய்ந்து பாய்ந்து தாக்கியது. மிக விரைவிலே அது ஒவ்வொரு பக்கமும் திரும்புவதால் ஒரே சமயத்தில் அது எங்கும் இருப்பதாகத் தோன்றியது. தனக்குப் பின்புறத்திலே ஓநாய்கள் வந்து சூழ்ந்து கொள்ளாமலிருப்பதற்காக அது மெதுவாகப் பின்னால் நகர்ந்து கொண்டு குட்டையின் கரையையும், ஓடையையும் கடந்து உயரமாக நின்ற ஒரு சரளைக்கல் பாறைவரை சென்றது. சரளைக்கல் பாறையில் சுரங்கம் வைத்துச் செங்கோண வடிவத்திலே ஒரு பகுதியை யாரோ உடைத்திருந்தார்கள். பின்புற மாகவே நகர்ந்து அந்த இடத்திற்குச் சென்று அங்கிருந்துகொண்டு பக் ஓநாய்களை எதிர்க்கலாயிற்று. பாறையில் ஏற்பட்டிருந்த கோண அமைப்பால் முன்புறத்தைத் தவிர மற்ற மூன்று பக்கங்களிலிருந்தும் பக்கைத் தாக்க முடியாது.

அந்த இடத்திலிருந்து அது நன்றாக எதிர்த்து நின்றபடியால் அரைமணி நேரத்திற்குள் ஓநாய்கள் தோல்வியுற்றுப் பின்வாங்கின. அவை களைப்பால் நாக்கைத் தொங்கவிட்டுக்கொண்டு மூச்சு வாங்கின. அவற்றின் வெண்மையான கோரப்பற்கள் நிலவொளியிலே குரூரமாகத் தோற்றமளித்தன. சில ஓநாய்கள் தலையை உயர்த்திக் கொண்டும், காதுகளை முன்னால் மடித்துக்கொண்டும்

படுத்திருந்தன. வேறு சில ஓநாய்கள் குட்டையிலே தண்ணீர் குடித்துக்கொண்டிருந்தன. நீண்ட, ஒல்லியான ஒரு சாம்பல் நிற ஓநாய் சிநேகபாவத்தோடும், எச்சரிக்கையோடும் முன்னால் வந்தது. பக் அதை உடனே தெரிந்துகொண்டது. அந்த ஓநாயோடுதான் முன்பு பக் ஓர் இரவும் பகலுமாகக் காட்டுப் பிரதேசத்திலே ஓடிக்கொண்டிருந்தது. அந்த ஓநாய் மெதுவாகக் குரல் எழுப்பிற்று. பக்கும் குரல் எழுப்பிற்று. இரண்டும் மூக்கோடு மூக்கை வைத்துக் கொண்டன.

பல சண்டைகளில் தழும்பேறிய ஒல்லியான முதிய ஓநாய் ஒன்று முன்னால் வந்தது. சீறத் தொடங்குவதுபோல பக் உதட்டை மடித்தது; ஆனால் பிறகு அந்த முதிய ஓநாயின் மூக்கோடு மூக்கு வைத்து மோப்பம் பிடித்தது. அதைக் கண்டதும் அந்த முதிய ஓநாய் தரையில் அமர்ந்து நிலாவைப் பார்த்துக்கொண்டு, நீளமாய் ஊளையிடலாயிற்று. அதைப்போலவே மற்ற ஓநாய்களும் அமர்ந்து ஊளையிட்டன. இப்பொழுது மீண்டும் தெளிவான குரலிலே பக்குக்கு அழைப்பு வந்ததாகத் தோன்றியது. அதுவும் தரையில் அமர்ந்து ஊளையிட்டது. ஊளையிட்டு முடிந்ததும் பாறையிலுள்ள கோணத்தைவிட்டு அது முன்னால் வந்தது. ஓநாய்கள் அதைச் சுற்றிக்கொண்டு நட்புமுறையிலும், காட்டுவிலங்கின் முறையிலும் அதை முகர்ந்து பார்க்கலாயின. அந்தக் கூட்டத்திலே தலைமை வகிக்கும் ஓநாய்கள் ஒரு வகையாகக் குரல் கொடுத்துக்கொண்டு காட்டை நோக்கி ஓடின. மற்ற ஓநாய்களும் அதேமாதிரி குரல் கொடுத்துக்கொண்டு பின்னால் ஓடின. முன்பே பழகியுள்ள ஓநாய்க்குப் பக்கத்திலே பக்கும் குரல் கொடுத்துக்கொண்டு அவற்றோடு ஒன்றாய் ஓடலாயிற்று.

பக்கின் கதை இத்துடன் முடிவுறுவதாகக் கருதலாம். சில ஆண்டுகளுக்குள் ஓநாய்களின் வர்க்கத்திலே ஒரு புதிய மாறுதலை ஈஹட்டுக்கள் கண்டார்கள். சில ஓநாய்களின் தலையிலும் மூக்கிலும் பழுப்பு நிறமான புள்ளிகளும், மார்பிலே வெண்மையான உரோமத் தாரைகளும் இருந்தன. ஓநாய்களின் தலைமையிலே பேய்நாய் ஒன்று வருவதாகவும் ஈஹட்டுக்கள் கூறிக்கொண்டார்கள். அந்தப் பேய் நாயிடத்திலே அவர்களுக்கு மிகுந்த பயம். ஏனென்றால் அவர்களைக் காட்டிலும் அது அதிகத் தந்திரம் உடையதாக இருந்தது. கடுமையான குளிர்காலங்களிலே அது அவர்களுடைய முகாம்களிலே புகுந்து திருடுகிறது; அவர்கள் வைக்கும் வளை களையே தூக்கிக்கொண்டு போய்விடுகிறது. அவர்களுடைய நாய் களைக் கொன்றுவிடுகிறது. அவர்களிலே மிகுந்த தைரியமுள்ள வேட்டைக்காரர்களையும் பொருட்படுத்தாமல் எதிர்க்கிறது.

இவை மட்டுமல்ல; அதன் அட்டகாசம் இன்னும் மோசமாயிற்று. வேட்டைக்காரர்கள் முகாம்களுக்குத் திரும்பாமலே மறைந்துவிடுகிறார்கள். சில வேட்டைக்காரர்கள் குரல்வளை

கிழிபட்டுப் பனிப்பரப்பிலே கிடப்பதையும், அவர்களைச் சுற்றி ஓநாய் அடிகளைவிடப் பெரிய பாதங்களால் ஏற்பட்ட சுவடுகளிருப் பதையும் பல பேர் காணலானார்கள். இலையுதிர்காலத்திலே பனிமான்களைத் தொடர்ந்து வேட்டையாடச் செல்லும் ஈஹுட்டுக்கள் ஒரு பள்ளத்தாக்குக்குள் மட்டும் நுழையமாட்டார்கள். ஏதோ ஒரு துஷ்டப்பேய் அந்தப் பள்ளத்தாக்கிற்கு வந்து தங்கி அங்கேயே குடியிருப்பதாக ஒவ்வொரு முகாமிலும் பேச்செழுந்தது. அதைக் கேட்டுப் பெண்களெல்லாம் மனம் சோரலாயினர்.

அந்தப் பள்ளத்தாக்குக்குக் கோடைக்காலத்திலே ஒரு பிராணி வருவதை ஈஹுட்டுக்கள் அறியார்கள். செறிந்த, பளபளப்பான உரோமக் கட்டுடைய ஓநாய் அது என்று கூறலாம். ஆனால், அது ஓநாய்களிலிருந்து மாறுபட்டது. செழித்து விளங்கும் காட்டுப் பகுதியை விட்டு அது தனியாக மரங்களுக்கிடையில் உள்ள திறந்தவெளிக்கு வரும். அந்த இடத்திலே நைந்துபோன பனிமான் தோல்மூட்டைகளின் வழியாக ஒரு மஞ்சள் நிறமான ஓடை ஓடிப் பூமியிலே மறைகின்றது. அங்கே நீண்ட புல்லும், செடிகளும், புதர் களும் தழைத்து அதன் மஞ்சள் நிறத்தின்மேல் சூரியகிரணங்கள் படாதவாறு மறைக்கின்றன. அந்தப் பிராணி அங்கு வந்து நின்று ஆழ்ந்த சிந்தனையிலிருக்கும்; பிறகு அந்த இடத்தைவிட்டுப் புறப்படுவதற்கு முன் மிகுந்த துயரமான குரலில் ஒரு தடவை ஊளையிடும்.

ஆனால் அது எப்பொழுதும் தனித்திருக்காது. நீண்ட குளிர்கால இரவுகள் வந்ததும் கீழ்ப்பகுதிகளில் உள்ள பள்ளத் தாக்குகளிலே இரையை நாடிப் புறப்படுகின்ற ஓநாய்க்கூட்டத்தின் தலைமையிலே அது மங்கிய நிலவொளியிலே எல்லா ஓநாய்களை விடவும் பெரிய உருவத்தோடு முன்னால் தாவிச் செல்வதைக் காணலாம். அதன் பெரிய தொண்டையிலிருந்து அந்த ஓநாய்க் கூட்டத் தின் கானம் யௌவன உலகின் கானம் – ஒலித்துக் கொண்டிருக்கும்.

❑